ந. பிச்சமூர்த்தி

ந. பிச்சமூர்த்தி (1900 – 1976)

மணிக்கொடி எழுத்தாளர், புதுக்கவிதை முன்னோடி என்று சிறப்பிக்கப்படும் ந. பிச்சமூர்த்தியின் தூரத்துத் தோற்றமே இலக்கிய வாசகனுக்கு இதுவரை கிடைத்து வந்திருப்பது. ஓர் ஆளுமையாக அவரது அண்மைச் சித்திரத்தைத் தனது நேர் அனுபவங்கள் வாயிலாக உருவாக்குகிறார் சுந்தர ராமசாமி. ந. பிச்சமூர்த்தியின் வாசகனாக மட்டுமல்லாது அவரது இலக்கிய நன்னடத்தை மீது மதிப்புக் கொண்டவராகவும் சுந்தர ராமசாமி வெளிப்படுகிறார். வாழ்க்கைக்கும் எழுத்துக்கும் அதிக இடைவெளியில்லாத மனிதராகப் பிச்சமூர்த்தியை அவர் காட்டுகிறார்.

எழுத்தை முகாந்திரமாக வைத்துத் தன்னை அசாதாரணமானவராக முன்னிருத்திக் கொள்ளாதவராகவும் எழுத்தைக்காட்டிலும் வாழ்க்கை முக்கியமானது என்ற நம்பிக்கை கொண்ட இலட்சியவாதியாகவும் ந. பிச்சமூர்த்தியைச் சித்தரிக்கிறார் சுந்தர ராமசாமி. இந்தச் சித்திரம் பிச்சமூர்த்தியின் ஆக்கங்களை நெருக்கமாகப் புரிந்துகொள்ளவும் அவரது ஆளுமையுடன் பொருத்தி விளங்கிக் கொள்ளவும் உதவுகிறது.

சுந்தர ராமசாமி

ந. பிச்சமூர்த்தி

தொகுப்பு
அரவிந்தன்

காலச்சுவடு பதிப்பகம்

● அன்பார்ந்த வாசகருக்கு,

வணக்கம்.

காலச்சுவடு நூலை வாங்கியமைக்கு நன்றி.

நூலின் உள்ளடக்கம், உருவாக்கம், அட்டைப்படம் இன்ன பிற அம்சங்கள் பற்றிய உங்கள் கருத்துகளையும் ஆலோசனைகளையும் காலச்சுவடு வரவேற்கிறது. தகவல், எழுத்து, வாக்கியப் பிழைகள் தென்பட்டால் அவசியம் தெரிவித்து உதவுங்கள். நூல் தயாரிப்பில் கடும் குறைபாடு இருப்பின் மாற்றுப் பிரதி உங்களுக்குக் கிடைக்கக் காலச்சுவடு ஏற்பாடு செய்யும்.

மின்னஞ்சல்: **publisher@kalachuvadu.com**

காலச்சுவடு நாகர்கோவில் அலுவலகத்திற்குக் கடிதம் அனுப்பலாம்.

தங்கள்
எஸ்.ஆர். சுந்தரம் (கண்ணன்)
பதிப்பாளர் — நிர்வாக இயக்குநர்

ந.பிச்சமூர்த்தி ❖ நினைவுக் குறிப்புகள் ❖ ஆசிரியர்: சுந்தர ராமசாமி ❖ © கமலா ராமசாமி, அரவிந்தன் ❖ முதல் பதிப்பு: மே 2016, ஐந்தாம் பதிப்பு: ஆகஸ்ட் 2024 ❖ வெளியீடு: காலச்சுவடு பப்ளிகேஷன்ஸ் (பி) லிட்., 669 கே. பி. சாலை, நாகர்கோவில் 629001

Na. piccaimuurtti ❖ Reminiscences ❖ Author: Sundara Ramaswamy ❖ © Kamala Ramaswamy, Aravindan ❖ Language: Tamil ❖ First Edition: May 2016, Fifth Edition: August 2024 ❖ Size: Crown 1 x 8 ❖ Paper: 18.6 kg maplitho ❖ Pages: 72

Published by Kalachuvadu Publications Pvt. Ltd., 669 K.P. Road, Nagercoil 629001, India ❖ Phone: 91-4652-278525 ❖ e-mail: publications@kalachuvadu.com ❖ Printed at Real Impact Solutions, No. 12, 3rd Street, East Abiramapuram, Mylapore, Chennai 600 004

ISBN: 978-93-82033-43-1

08/2024/S.No. 576, kcp 5284, 18.6 (5) 1k

பதிப்புரை

பல முக்கியமான ஆளுமைகளுடன் நெருக்கமான நட்பும் உறவும் கொண்டிருந்த சுந்தர ராமசாமி, ந. பிச்சமூர்த்தியுடனான தன் உறவின் நினைவுகளை இங்கு பதிவு செய்கிறார்.

சு.ராவின் தீவிர வாசகரான அரவிந்தன் அவரைச் சந்தித்து உரையாடிப் பதிவு செய்ததைப் பிரதி எடுத்தவர் கமலா ராமசாமி.

நினைவோடை வரிசையில் பதினொன்றாவது நூல் இது. இதே வரிசையில் வந்துள்ள க.நா.சு., சி.சு. செல்லப்பா, கிருஷ்ணன் நம்பி, ஜீவா குறித்த பதிவுகள் அனைத்தும் சுந்தர ராமசாமியால் பார்வை யிடப்பட்டுச் செம்மைப்படுத்தப்பட்டவை. அவரது மறைவுக்குப்பின் வெளிவந்த பிரமிள், ஜி. நாகராஜன், தி. ஜானகிராமன், கு. அழகிரிசாமி, தொ.மு.சி. ரகுநாதன், நா. பார்த்தசாரதி பற்றிய பதிவுகளும் ந. பிச்சமூர்த்தி பற்றிய இந்தப் பதிவும் உரையாடலின் எழுத்து வடிவமாகவே அமைந்திருக்கின்றன.

பதிப்பாளர்

குறிப்பு

இந்நினைவுக் குறிப்புகளை நான் நண்பர் அரவிந்தனிடம் சொல்லும்போது என் நினைவை மட்டும் அடிப்படையாக வைத்தே சொல்லியிருக்கிறேன். சொன்ன நேரத்தில் நினைவுக்கு வந்தவை மட்டுமே இதில் இடம்பெற்றிருக்கின்றன. இந்நினைவுக் குறிப்புகள் புத்தக உருவம் பெற்றுப் படிக்க நேர்ந்த போது சொல்லாத சில நினைவுகளும் மனதிற்குள் வந்தன. அவற்றை எழுதிச் சேர்க்க அவசியமான சமய வசதி எனக்கு இப்போது இல்லாமல் இருக்கிறது.

பல எழுத்தாளர்களுடனான முதல் சந்திப்பு என் நினைவில் போதிய தெளிவுடன் இல்லையோ என்று சந்தேகப்படுகிறேன். ஒரு சில வருடங்கள் துல்லியமாக இல்லாமலிருக்கலாம். அதிகபட்சம் அவை ஒன்றிரண்டு வருடங்கள் முன்பின்னாக அமைந்திருக்க வாய்ப்புண்டு.

நாகர்கோவில்   சு.ரா.
09.02.05

ந. பிச்சமூர்த்தி

(1900 – 1976)

நடேச பிச்சமூர்த்தி 15.08.1900ஆம் ஆண்டில் தஞ்சாவூர் மாவட்ட கும்பகோணத்தில் பிறந்தவர். ஹரிகதை, நாடகம், ஆயுர்வேதம், சாகித்யம், தாந்திரீகம் ஆகிய துறைகளில் வல்லவரான நடேச அய்யர் காலமானபோது பிச்சமூர்த்திக்கு வயது ஏழு. கும்பகோணத்திலும் சென்னையிலும் படித்த பின்பு, 1925ஆம் ஆண்டு கும்பகோணத்தில் வக்கீல் தொழில் நடத்த ஆரம்பித்தார். அப்போதுதான் அவருடைய திருமணம் நடைபெற்றது.

கல்லூரிப் படிப்பின்போதே கதைகளை ஆங்கிலத்தில் எழுதிய பிச்சமூர்த்திக்கு 1925இல்தான் பாரதியின் எழுத்துகளுடன் பரிச்சயம் ஏற்பட்டு, தமிழில் எழுத வேண்டும் என்ற ஆர்வம் ஏற்பட்டது. 1932இல் கலைமகள் பத்திரிகையில் அவருடைய முதல் சிறுகதை 'ஸயன்ஸுக்குப் பலி' வெளிவந்தது. அதன் பின் கலைமகள் 1933இல் நடத்திய பதினைந்து ரூபாய்ப் பரிசுப் போட்டியில் 'முள்ளும் ரோஜாவும்' என்ற சிறுகதை பரிசு பெற்று

வெளியானது. அதே பத்திரிகையில் தொடர்ந்து சில சிறுகதைகள் எழுதி வந்த சமயம், வ.ரா.வின் வார *மணிக்கொடி* வெளிவந்தது. அதில் கதைகள், கவிதைகள் தொடர்ந்து எழுதினார். *சுதந்திரச் சங்கு* வாரப் பதிப்பிலும் எழுதினார். பிறகு ராமையாவை ஆசிரியராகக் கொண்ட மணிக்கொடியில் கதைகள் அதிகம் எழுதினார். அதில் வெளிவந்த 'வானம்பாடி', 'தாய்', முன்பு *கலைமகளில்* வந்த 'மோஹினி' ஆகிய கதைகள் அன்று சிலாகித்துப் பேசப்பட்டன. 'பதினெட்டாம் பெருக்கு'ம் பேசப்பட்ட கதை.

1924 முதல் 1938 வரை பதினான்கு ஆண்டுகள் வக்கீல் தொழில் நடத்திய பிறகு அது தனக்கு ஒத்துவரவில்லை என்று கருதியதால் பத்திரிகைத் தொழிலில் ஈடுபட சென்னைக்கு வந்தார். அப்போது சங்கு ஸுப்ரமணியனை ஆசிரியராகக் கொண்டு வெளிவந்த *ஹனுமான்* வாரப் பத்திரிகையில் உதவி ஆசிரியராகக் கொஞ்ச காலம் வேலை பார்த்தார். கும்பகோணத்தில் வக்கீலாக இருந்த சமயம் பிச்சமூர்த்தி பொதுக் காரியங்களில் ஈடுபட்டார். காந்தீயவாதியான அவர் காந்தீய நிர்மாணத் திட்டங்களைப் பரப்புவதில் ஈடுபட்டார். 1938 முதல் பிச்சமூர்த்தி கோவில் நிர்வாக அதிகாரியாகத் தமிழகத்தின் முக்கியமான கோவில்களில் 1954 வரை பணிபுரிந்து ஓய்வு பெற்றுச் சென்னைக்கு வந்து தங்கினார். சென்னையில் அப்போது வெளிவந்துகொண்டிருந்த *நவ இந்தியா* என்ற தினசரிப் பத்திரிகையில் சில ஆண்டுகள் வேலை பார்த்து விலகினார். பிச்சமூர்த்திக்கு மூன்று பெண்கள். கடைசிப் பெண்ணான மீனாட்சியுடனும் அவர் கணவன் பாலசுப்ரமணியனுடனும் இருந்து வாழ்ந்து, 'ஸ்ட்ரோக்' ஏற்பட்டு 1976 டிசம்பர் 4ஆம் தேதி காலமானார்.

1932இல் சிறுகதை மூலம் வெளிப்பட்ட பிச்சமூர்த்தி கதைகள் மட்டுமின்றி மரபுக் கவிதைகள், புதுக்கவிதைகள், ஓரங்க நாடகங்கள், புதுவிதக் கட்டுரைகள், கவிதைகள், கதைகள் அல்லது கதைக் கட்டுரைகள் எழுதினார்.

1934 முதல் 1944 வரை அவர், புதுக்கவிதை முயற்சிகளை *மணிக்கொடி, கலாமோஹினி, கிராம ஊழியன்* ஆகியவற்றில் மேற்கொண்டார். பிறகு 1945 முதல் 1959 வரை பதினைந்து ஆண்டுக் காலம் அவர் எழுதியது அபூர்வமாகத்தான். 1959இல் எழுத்து வரவும் அதில் புதுக்கவிதைகளும் சிறுகதைகளும் எழுத ஆரம்பித்துத் தன் படைப்புக் காலத்தின் இரண்டாவது கட்டத்தைத் துவக்கி 1976 வரை, தன் கடைசி வாழ்நாள்வரை, எழுதி வந்தார். சிறுகதைத் துறையில் ஏற்கனவே முன்வரிசையாளர் வரிசையில் இடம்பெற்றுவிட்ட அவர் புதுக்கவிதை முதல்வராக இடம்பெற்றுவிட்டார்.

அவர் எழுதியுள்ள கவிதைகளையும், 'ஒரு எழுத்தாளன் சட்டை உரித்துக்கொண்டே இருக்க வேண்டும்' என்ற அவரது கூற்றையும் வைத்துப் பார்த்தால் அவர் தானே அப்படிச் செய்துகாட்டி இருப்பதைப் பார்க்கலாம். இருபதாம் நூற்றாண்டின் தற்கால இலக்கியத் துறைக்கு அவர் புதிய பரிமாணங்கள் சேர்த்திருப்பது வளமான பங்கு ஆகும். பாரதிக்குப் பின் நம் கவிதை மரபையே புதுசுபடுத்தி ஒரு திருப்பம் விளைவித்தவர் அவர். பிச்சமூர்த்தி என்றால் புதுக்கவிதை, புதுக்கவிதை என்றால் பிச்சமூர்த்தி என்று பரஸ்பர இணைப்பு கொடுத்துப் பேசும் அளவுக்கு மகத்தான சாதனை அவருடையது. ஆறு சிறுகதைத் தொகுப்புகளும் ஒரு நாடகமும் இரண்டு கவிதைத் தொகுப்புகளும் மனநிழல் கட்டுரைத் தொகுப்பும் சிறுவர் கதைத் தொகுப்பும் வெளிவந்திருக்கின்றன. ஓரங்க நாடகங்கள், இலக்கியக் கட்டுரைகள் புத்தகம் உருவம் பெறாமல் இருக்கின்றன.

'பிச்சமூர்த்தி கவிதைகள்' (1985)
நூலிலிருந்து

நினைவோடை
ந. பிச்சமூர்த்தி

தமிழ்நாட்டிலேயே நீங்க ரொம்ப மதிப்பு வைக்கிற எழுத்தாளர் யாருன்னு கேட்டால் ந. பிச்சமூர்த்தி என்றுதான் பதில் சொல்வேன். உறுதியாகவே எனக்கு அந்த மாதிரிதான் எண்ணம் இருக்கிறது. ஒரு எழுத்தாளன் எந்த விஷயம் எழுதுகிறானோ அந்த விஷயத்திற்கும் அவன் வாழ்கிற வாழ்க்கைக்கும் தொடர்பிருக்க வேண்டும் என்கிற கட்சி இருக்கிறது. அப்படி இருக்கவேண்டுமென்கிற அவசியமில்லை, எழுதக்கூடிய விஷயந்தான் முக்கியம், அவன் எழுதுகிற புத்தகந்தான் சமூகத்தில் பரவுகிறது, பத்து அம்பது வருஷங்களுக்குப் பின் அவனுடைய வாழ்க்கை என்ன என்பது பற்றி ஜனங்களுக்கு அக்கறை கிடையாது, புத்தகந்தான் முக்கியமானதாக இருக்கும் என்கிற நம்பிக்கை இருக்கிறது. ஆனால் நம்முடைய மரபுப்படி நம்முடைய நம்பிக்கை எப்படி என்றால், மேல் நிலையை அடைவதற்காகத்தான் எழுதவே செய்கிறோம்; இசை மாதிரி, பக்தி மாதிரி.

பிச்சமூர்த்திக்கும் அதேபோல் மேல் நிலை அடைவதற்காகத்தான் எழுதுகிறோம், அதற்காகத்தான் பேசுகிறோம், மேல் நிலையை அடைவதற்காகத்தான் வாழ்ந்து கொண்டிருக்கிறோம் என்கிற உறுதியான நம்பிக்கை இருக்கிறது. நான் அவரைப் பார்த்த வுடனே அவர் எழுதின விஷயங்களெல்லாம்

என் மனதில் கோர்வையாக இருந்தது. அவர் புத்தகத்தில் எழுதிய விஷயத்திற்கும் ஆளுமைக்கும் முரண்பாடில்லை என்பதை முதன்முதலாக நான் பிச்சமூர்த்தியிடந்தான் பார்த்தேன். அப்படியே முரண்பாடு இருக்கிறதென்று ஆழ்ந்து கண்டு பிடித்தால்கூட அந்த முரண்பாடற்ற தன்மையை, தான் எழுதிய விஷயத்தைப் பார்த்துத் தன் வாழ்க்கையைக் கொண்டுபோவதற்கான முயற்சியை அவர் தொடர்ந்து மேற்கொண்டிருக்கிறார். அந்த அக்கறையை அவர் எடுத்துக்கொண்டிருக்கிறார். சில விஷயங்கள் கூடிவராமல் இருக்கலாம். அடுத்த வருடமோ அதற்கடுத்த வருடமோ கூடிவரும். அப்படித்தான் மனிதன் வாழவேண்டுமென்பதில் அவருக்கு சந்தேகமேயில்லை. அதனால்தான் வேறு எந்த எழுத்தாளரை விடவும் பிச்சமூர்த்திமேல் எனக்கு மதிப்பு. அவருடைய கவிதைகள், சிறுகதைகள், கட்டுரைகள், இவையெல்லாம் காலப்போக்கில் மேலே போகலாம்; அல்லது குறையலாம். அவருடைய கவிதைகள் பற்றிய அபிப்பிராயம் எனக்கு கீழேதான் போய்க்கொண்டிருக்கிறது. சிறுகதைகள் பற்றி இன்றைக்குக்கூட எனக்குப் பெரிய மதிப்பிருக்கிறது.

அவருடைய எழுத்துக்களைப் பற்றி எனக்குப் பலவிதமான எண்ணங்கள் ஏற்பட்டாலும் அவரைப் பற்றி என் மனதில் இருக்கும் மதிப்பு என்றைக்கும் அப்படித்தான் இருக்கும். நான் பிச்சமூர்த்திகூட நண்பனாக இருக்க முடியாது. எங்களுக்குள்ளே இடைவெளி ரொம்ப இருக்கிறது என்றுதான் உணருகிறேன். இன்னொரு விதத்தில் சொன்னால் பிச்சமூர்த்திகூட வேறு எழுத்தாளர்களும் நண்பர்களாக இருக்க முடியாது. வேண்டுமானால் போய்ப் பேசிக்கொண்டிருக்கலாம். பிச்சமூர்த்திக்கு எழுத்தாளர்கள் நண்பர்களாக இருக்க வேண்டுமென்கிற அவசியமும் இல்லை. யாரைப் பார்த்தாலும் அன்போடு பேசுவார். வயது வித்தியாசம் எல்லாம் கிடையாது. சின்னப் பையன்களிடமும் பெரியவர்களிடமும் ஒரே மாதிரித்தான் பழகுவார்.

அவருக்கு மனசுக்குள் பண்டாரங்களைப் பார்க்கணும். கிராமங்களுக்குப் போய் ஜோஸ்யம் சொல்வார்களே அவர்களைப் பார்க்கணும்; ஊருக்கு வெளியில் ஆலமரத்தடியில் உட்கார்ந்திருப்பார்களே அவர்களை, பிச்சைக்காரர்களைப் பார்க்கணும்; அல்லது புரோக்கர்கள் மாதிரி ஆட்களைப் பார்க்கணும் என்ற ஆசை இருந்தது. இப்பொழுது போஸ்ட் மார்டனிஸ்ட்களெல்லாம் சமூகத்துக்கு வெளியில் நிற்கிறார்கள் என்று சொல்கிறார்களே அந்த மாதிரி போஸ்ட்மார்டனிஸ தியரி எதுவுமே இல்லாமல் அவர்களைச் சந்திக்கிறதுதான் வாழ்நாள் முழுக்க அவருடைய அக்கறையாக இருந்தது. அந்த மாதிரி ஆளைக் கடற்கரையில் பார்த்தார் என்றால் அவரிடம் தான் யார் என்பதை வெளிப்படுத்தாமலேயே மணிக்கணக்காகப் பேசிக் கொண்டிருப்பார். அதில் அவருக்கு என்ன கிடைத்தது என்பது தெரியவில்லை... ஆனால் அவர் கதைகளில் திரும்பத்திரும்ப அந்த மாதிரியான கதாபாத்திரங்கள் வருகிறார்கள். எழுத்தாளர்கள் பற்றிய சம்பாஷணைகள் பெரும்பாலும் அவர் கதைகளில் இல்லை. சமூகத்தில் அவர் பேரில் யார்யார் நல்ல அபிப்பிராயத்தில் இருக்கிறார்கள்; எந்தெந்த எழுத்தாளர்களுக்கு அவர் பேரில் மனஸ்தாபம் இருக்கிறது என்பதெல்லாம் அவருக்கு ஓரளவு தெரியும். இலக்கிய சர்ச்சையில் கொஞ்சங்கூட அவருக்கு விருப்பம் கிடையாது. அவர் பேரில் ரொம்ப கோபதாபத்தோடு இருப்பவர்களைப் பற்றி ஒரு வார்த்தை சொல்ல மாட்டார். மனதளவிலும் அவருக்குக் கோபதாபங்கள் குறைவு அல்லது இல்லை என்றுதான் எனக்குத் தோன்றுகிறது.

வாசிப்பில் நம்பிக்கை உள்ளவர். ஏகப்பட்ட புத்தகங்கள் வைத்துக்கொண்டு இதைப் பாதிப் படித்து, அதைப் பாதிப் படித்து அரைகுறையாக இழுத்தடித்துக் கொண்டிருக்கும் வழக்கமே அவருக்குக் கிடையாது. மனசுக்குள் பல புத்தகங்களைப் படிக்கவேண்டுமென்கிற அபிப்பிராயம் இருக்கிறது. எங்கேயோ இருந்து, நியூஸிலாந்திலிருந்தோ

அல்லது நண்பனுடைய வீட்டிலிருந்தோ அவர் தேடிக்கொண்டிருக்கிற புத்தகம் கிடைத்ததென்றால் அந்தப் புத்தகத்தை மாத்திரம் கொண்டு வந்து ஆற அமர சுத்தமாகப் படிப்பார். குறிப்பொன்றும் எடுத்துக் கொள்ளமாட்டார். அந்தப் புத்தகத்தைப் பற்றிக் குறிப்பிட்டுப் பேசவே மாட்டார். அது அவர் வழக்கத்தி லில்லை. ஆனால் எப்பொழுதெல்லாம் எழுத வில்லையோ, எப்பொழுதெல்லாம் வீட்டில் ஓய்வி லிருக்கிறாரோ அப்பொழுதெல்லாம் புத்தகங்களைப் படித்துக்கொண்டிருப்பார்.

தாகூர் பேரிலும் பாரதி பேரிலும் அவருக்கு ஈடுபாடுண்டு. அந்த அளவுக்கு ஈடுபாடு அவருக்கு புதுமைப்பித்தன் பேரில் இல்லை என்றுதான் நான் நினைக்கிறேன்.

பொதுவாகப் புதுமைப்பித்தன் மேற்கொண்ட தனிப்பட்ட வாழ்க்கைமுறை அவருக்கு உவப்பானதாக இல்லை. ஆனால் அது பற்றி விமர்சனம் பண்ண மாட்டார். எத்தனையோ பேர் விதவிதமாக சமூகத்தில் இருந்து கொண்டிருக்கிறார்கள். அவர்களைப் பற்றி விமர்சனம் பண்ணுவதற்கு என்ன இருக்கிறது என்பது போல் இருக்கும் அவருடைய மனோபாவம்.

ஆனால் சமூகத்துக்கு வெளியேயிருக்கும் ஜோசியர்கள், பண்டாரங்கள், கஞ்சா அடிக்கிறவர்கள் போன்ற இந்த மாதிரி எத்தனையோ பெரிய குழுக்கள் இருக்கிறது. அவரிடமிருப்பது அந்த குழுக்களை ஆராதிக்கும் உணர்வா என்று எனக்குத் தெரிந்துகொள்ளவே முடியவில்லை. ஒன்று மட்டும் தெரிகிறது... நிச்சயமாக அவர்க ளெல்லாம் கெட்டுப் போனவர்கள் இல்லை... ஏதோ ஒரு காரணத்துக்காக அப்படிப் பண்ணுகிறார்கள். ஒரு மனுஷன் கஞ்சா அடித்துக்கொண்டு உட்கார்ந்திருக்கிறான். அவன் உண்மையிலே பெரிய மனுஷனாக இருக்கலாம், சமூகத்தில் வாழ்ந்து கொண்டிருக்கிற ஆட்களைவிட

அவன் பெரிய ஆளாக இருக்கலாம் என்கிற எண்ணம் அவருக்கு நிரந்தரமாக இருக்கிறது. அநேக ஆட்கள் வேஷம் போடற மாதிரி ஒரு காரியத்தைப் பண்ணிக் கொண்டிருப்பார்கள். அந்த மாதிரி அவருக்கு அனுபவங் களும் இருந்திருக்கலாம். நம்பிக்கை சார்ந்த அனுபவம் இருப்பதினால் அவர்களைத் தேடிப் போகிறார்.

எல்லாருக்கும் தெரிந்த பிரபலமாக இருக்கக்கூடிய அரவிந்தர், ரமணர் போன்ற சந்நியாசிகளைத் தேடி அவர் போனதாக நமக்குத் தடயமே இல்லை. அவர் களுடைய புத்தகங்களைப் படித்திருக்கலாம். உதாரண மாக, பாரதிக்கு குள்ளச்சாமி என்பவரோடு தொடர்பு இருந்திருக்கிறது. சொல்லப்போனால் குள்ளச்சாமி மாதிரியான கேரக்டரைத் தான் தேடிக்கொண்டிருக் கிறார் என்று சொல்லலாம்.

இதெல்லாமே எனக்கு அவர் பேரில் மதிப்பை ஏற்படுத்தியது. அவருடைய மனைவிக்குக்கூட இந்த மாதிரி ஆட்களை அவர் சந்திக்கிறார் என்பதெல்லாம் தெரியாது. யாரிடமும் அவர் சொன்னதில்லை . அவர் நல்ல வாசகர். மற்றவர்கள் யாருக்குமே அவர் தொடர்ந்து வாசிப்புப் பழக்கம் உள்ளவர் என்பது தெரியாது. எப்பவுமே தவிர்க்க முடியாத விஷயம் வந்ததென்றால் அதில் இப்படி எழுதியிருக்கிறதே, நீ சொன்ன விஷயத்தை அந்த ஆள் சொல்லவில்லையே, அந்த விஷயத்தை இப்படித்தான் சொல்லியிருக்கிறான் என்று சொல்லுவார்.

போய் விசாரித்தால் அவர் சொல்வதுதான் சரியாக இருக்கும். அவருக்குக் குறைந்த எண்ணிக்கையில் புத்தகங்கள் படித்தாலும் அதை ஆழ்ந்து படிக்க வேண்டும்; தெளிவாகப் படிக்கவேண்டும்; ஒன்றுக்கு இரண்டு முறை படித்துத் தெளிவாகத் தெரிந்துகொள்ள வேண்டும்.

மதிப்புரைக்குக் கொடுக்கப்படும் புத்தகத்தை ரொம்ப சுத்தமாகப் படிப்பார். எனக்கே உதாரணம் தெரியும். ‘அக்கரைச் சீமையிலே’ புத்தகம் வெளிவந்தவுடனே,

நான் யாரென்றே அவருக்குத் தெரியாது. அந்தப் புத்தகம் அலுவலகத்திலிருந்து அவருக்கு மதிப்புரைக்கு வந்திருக்கிறது.

அந்த மதிப்புரை என்னிடம் இருக்கிறது. அந்த மதிப்புரையைப் படித்துப் பார்த்தீர்களானால், நபரைத் தெரியாமலேயே அவனுடைய படைப்பு சார்ந்து அதோடு பெறுமானம் இருக்கே அதை ரொம்ப அளந்து சொல்கிறார். நான் பின்னால் அவரைப் போய்ச் சந்தித்தவுடனேதான் 'நீ கதை என்னவோ எழுதியிருக்கிறாயில்லையோ' என்று கேட்டார். ஆமாம், 'அக்கரைச் சீமையிலே' என்கிற தொகுதி வந்திருக்கிறது. 'நான் அதுக்கு சுதேசமித்திரனிலோ எதிலேயோ மதிப்புரை எழுதியிருக்கிறேனே படித்திருக் கிறாயா?' என்று கேட்கவில்லை ... அப்படி கேட்காததுதான் பிச்சமூர்த்தி என்று எனக்குக் கொஞ்ச நாட்களில் தெரிந்துவிட்டது.

கவிதைபேரில் அவருக்கு ரொம்ப ஈடுபாடு. தமிழ், ஆங்கிலக் கவிதைகளெல்லாமே படிப்பார். அதைப் பற்றி தனக்குள்ளேயே யோசித்துக்கொண்டிருப்பார். அவர் ஆரம்ப காலத்திலிருந்தே எழுதும் கவிதைகளில் கால் பங்கு, அரைப் பங்குதான் வெளிவந்திருக்கிறதென்று நினைக்கிறேன். கவிதை என்பது அவருக்கு ஒருவித ஆன்மீகப் பயிற்சிதான். ஆன்மீகம், தர்மம் என்று சொல்கிற சமயத்தில் ஆட்கள் பலவிதமாகக் கற்பனை செய்துகொள்வார்கள். அந்த வார்த்தைகளை நாம் பிச்சமூர்த்தி சம்பந்தமாக அதிகமாகப் பயன்படுத்தாமல், அவர் எழுத்துக்களிலிருந்து நமக்கு என்ன தோன்றுகிறதோ அதன் மூலந்தான் அவரைத் திரும்பிப் பார்க்க முடியும். அந்த மாதிரி பயிற்சிதான் அவர் மேற்கொண்டார்.

நிறைய விஷயங்கள் அவருக்கு சரியாக வரவே யில்லை. அதாவது அவரது திருப்திக்கு வரவேயில்லை. பின்னால் யாராவது போடுவார்களென்று அவர் காத்திருக்கவில்லை. அவ்வளவையும் அழித்துவிட்டார். கவிதையைக் கிழித்துப் போட்டோமானால் அது

பெரிய நஷ்டம் இல்லையா? அற்புதமான விஷயத்தை அழித்துவிட்டோமே என்கிற எண்ணமெல்லாம் அவருக்குக் கிடையவே கிடையாது.

எனக்கு அவருடைய விஷயங்களிலேயே முக்கியமான விஷயம் மரபுக் கவிதையிலிருந்து ஒருவிதமான தத்துவ விசாரங்களோ, இலக்கியக் கோட்பாடுகளோ அல்லது இது சம்பந்தப்பட்ட பேச்சோ ஆர்ப்பாட்டமோ எதுவுமே இல்லாமல் கொஞ்சங்கொஞ்சமாக நழுவிநழுவி அவர் இந்த விதமான அமைப்புக்குள்ளே வருகிறார். அவரிடம் தாக்கம் ஏற்படுத்தியது வால்ட் விட்மன், இரவீந்திரநாத் தாகூர், பாரதியின் வசன கவிதை ஆகியவை. அவர்களுக்கு இவை சாத்தியமாக இருக்குமானால் நமக்கும் முடியலாம் என்று நினைத்து தொடர்ந்து செய்துகொண்டுவருகிறார். அதில் ரொம்ப விஷயங்கள் வெளியில் தெரியாது. அப்பப்போ பல விஷயங்களை வெளியில் தெரியப்படுத்தி யிருக்கிறார்.

1948லோ 49லோ அ. சீனிவாசராகவன் *சிந்தனை* என்கிற பத்திரிகையை நடத்திக்கொண்டிருந்தார். அந்தச் *சிந்தனை* பத்திரிகையில் ந. பிச்சமூர்த்தியின் கவிதைகளுக்கு முக்கியத்துவம் கொடுத்து வெளியிட்டிருந்தார். மணிக்கொடி பரம்பரையில் வந்த ந.பிச்சமூர்த்தி என்று குறிப்பிட்டிருந்தார். அந்தக் கவிதைகளைப் படித்தேன். அப்பொழுதுதான் பிச்சமூர்த்தி என்பவர் எழுதிக்கொண்டிருக்கிறார் என்பது தெரிந்தது. *சிந்தனை* பத்திரிகை பற்றி நிறையப் பேருக்குத் தெரியாது. *சிந்தனை* முக்கியமான பத்திரிகை.

நான் ஏதோ ஒரு காரணத்தினால் என் வாழ்க்கையில் சி.சு. செல்லப்பாவைச் சந்தித்திருக்கவில்லையானால் பெரும்பாலும் பிச்சமூர்த்தியைச் சந்திப்பதற்கான வாய்ப்பை இழந்திருப்பேன். செல்லப்பாதான் பிச்சமூர்த்தியைப் பார்க்க வேண்டும் என்பதைச் சொல்லியிருந்தார். எனக்கும் அவரைச் சந்திப்பதில் ஆர்வம் இருந்தது. இந்த மாதிரியான தீவிர சிந்தனை உள்ளவரை வித்தியாசமான போக்குள்ள எழுத்தாளரைப் பார்க்கணுமென்று ஆசை இருந்தது.

சராசரி எழுத்தாளர்களை, பிரபலமாக எழுது கிறவர்களை, தங்கள் சிந்தனைகளையும் மற்ற விஷயங் களையும் காசுக்காக விற்கக்கூடிய எழுத்தாளர்களை எந்த அளவுக்குப் பார்ப்பதற்கு அக்கறை இல்லையோ அந்த அளவுக்கு ஆழமான அக்கறை பிச்சமூர்த்தி மாதிரியான எழுத்தாளர்களைச் சந்திப்பதில் உண்டு.

செல்லப்பா சொன்னவுடனே நான் அவரைப் பார்க்கப் போகவில்லை. ஏனென்றால் எனக்கும் செல்லப்பாவுக்கும் மனதளவில் இருந்த முரண்பாடு. செல்லப்பா பிச்சமூர்த்தியைத் தூக்குவதற்கு முயற்சி பண்ணுகிறார். அதன் பகுதியாகத் தான் இளைஞர்களை அவரைப் பார்க்கக் கூட்டிக்கொண்டு போகிறார் என்றிருந்தது. செல்லப்பா என்னிடம் ரொம்ப அன்பாக இருப்பார். வீட்டிற்குக் கூட்டிக்கொண்டு போவார். இரண்டு பேரும் சேர்ந்து சாப்பிடுவோம். ரொம்பப் பிரியமாக இருப்பார். எனக்குத்தான் கோணல் இருக்கற மாதிரி தோன்றியதே தவிர, அவருக்கு என்பேரில் கோணல் இருக்கற மாதிரி தோன்றவே இல்லை. இரண்டு பேரும் சேர்ந்து பிச்சமூர்த்தியைப் பார்க்கப் போனோம். அன்று சம்பிரதாயமாகத்தான் பேசினோம். எனக்கு செல்லப்பா முன்னால் அவரிடம் பேசுவதற்கே வரவில்லை. அவர்கள் இரண்டு பேரும் என்னன்னவோ பேசிக்கொண்டார்கள். என்ன பேசிக்கொண்டார்கள் என்பதுகூட நினைவி லில்லை. ஒன்று தீர்மானம் பண்ணினேன். செல்லப்பா வுக்குத் தெரியாமல் பிச்சமூர்த்தியை சந்திக்கவேண்டும். இரண்டு மூன்று நாட்களுக்குப் பிறகு ஒரு நாள் மாலை அவரைப் பார்க்கச் சென்றேன்.

சென்னை போனால் சில ஆட்களைத் தவறாமல் பார்த்துவிடுவேன். செல்லப்பா, க.நா.சு., கு. அழகிரிசாமி, நா. பார்த்தசாரதி. அந்தக் காலத்தில் ஜெயகாந்தனைப் பார்ப்பது அதிகமாக இருந்தது. ஒரு தடவை இல்லை. அநேகமாக இரண்டு, மூன்று முறை பார்ப்பேன். என்னுடைய வேலைகளும் இருக்கும். ஏதாவது

திருமணம் இருக்கும். ஏகப்பட்ட உறவினர்களைப் பார்க்கவேண்டும் என்று அம்மா சொல்லி அனுப்பி யிருப்பார்கள். எந்தவித நோக்கமும் இல்லாமலேயே பல தடவை சென்னைக்கு வந்திருக்கிறேன். அதெல்லாம் பிரச்சனை இல்லாமல் அழகாக நடந்த காரியமில்லை. பிரச்சனையோடும் சங்கடத்தோடும் நடந்த காரியங்கள்தான். எனக்குப் பிரச்சனைகள் வந்ததென்றால் போவதற்கு அந்தக் காலத்தில் சென்னை விருப்பமுள்ள இடமாக இருந்தது. பின்னால் அங்கு போவதற்கு விருப்பமில்லாமல் போய்விட்டது.

போனேன். போனவுடனே பிச்சமூர்த்தி பேச ஆரம்பித்தார். அப்பொழுதுதான் புரிந்தது. எனக்கும் அவருக்குமான தொடர்பு சாத்தியமானதுதான். என்னைச் சந்திப்பதில் அவருக்கு விருப்பம் இருக்கிறது. நான் சின்னப் பையன் என்று சொல்லி என்னைப் புறக்கணிக்கும் நோக்கம் இல்லை என்பது.

மதிப்புரைக்காக என்னுடைய சிறுகதை தொகுதியைப் படித்திருந்தார். என்னுடைய வேறு படைப்புகளைப் படித்திருந்தாரா என்று தெரியாது. அதை வைத்து மனதுக்குள் ஒரு எண்ணம் உருவாக்கிக்கொண்டிருந்தார். என்னைத் தீவிரமான கம்யூனிஸ்ட் என்று நினைத்துக் கொண்டிருந்தார். தீவிரமான கம்யூனிஸ்ட் என்கிற எண்ணம் வர, சமயத்தில் அந்தக் காலத்தில் மரபு காரணமாக மனம் சம்பந்தமான இடைவெளி நிச்சயமாக அவன் பேரில் உண்டாகிவிடும். நாம் வேறு இவன் வேறு என்கிற எண்ணம் உண்டாகிவிடும். நாம் ஆஸ்திகன், அவன் நாஸ்திகன் என்று பலவிதமாகத் தொடர்புப் படுத்திப் பார்ப்பார்கள். பிச்சமூர்த்தியிடம் அந்த விஷயம் அறவே இல்லை. அது அவர் பேசிக்கொண்டு வந்த முறையில் தெரிந்தது. அன்றைக்குத் தமிழ் இலக்கியத்தில் உள்ள கிண்டல், மணிக்கொடி காலத்தில் என்ன நடந்தது என்பதைப் பற்றியெல்லாம் வெளிப்படையாகப் பேசிக்கொண்டிருந்தார். புதுமைப்பித்தனைப் பற்றி

அவருக்கு என்ன அபிப்பிராயம், மற்ற எழுத்தாளர்கள் பற்றி என்ன அபிப்பிராயம் என்றெல்லாம், அவருடைய எழுத்து மோசம் – இவருடைய எழுத்து நன்றாக இருக்கும் என்றெல்லாம் சொல்லாமல் அவருடைய உண்மையான குரலில் சொன்னார்.

குறிப்பிட்ட சந்தர்ப்பத்தில் நான் மறைமுகமாகவாவது அவரிடம் செல்லப்பா, பாரதிக்கு அடுத்து நீங்கதான் முக்கியமான கவிஞர் என்று சொல்வது பற்றி உங்களுக்கு என்ன அபிப்பிராயம் என்று கேட்க நினைத்தேன். முதல் சந்திப்பில் கேட்க முடியவில்லை. இரண்டு மூன்று சந்திப்புகள் முடிந்தவுடனே நல்ல பழக்கம் ஏற்பட்டு விட்டது.

அவர் வீட்டிலிருந்து கடற்கரை பக்கம். கடற்கரைக்கு அதிகாலை, மாலை எல்லாம் அடிக்கடி போவார் என்பது தெரிந்தது. தனியாகப் போவதை அவருடைய சுபாவத்திலிருந்து பிரிக்கவே முடியாது. நண்பர்களைக் கூட்டிக்கொண்டு போவோம் என்பதெல்லாம் அவருக்குக் கிடையவே கிடையாது. அதே மாதிரி வல்லிக்கண்ணனும் தனிமையான ஆள். இவருக்குக் குடும்பம் குழந்தைகள் எல்லாம் இருக்கிறது. வல்லிக்கண்ணன் தனிமையான வாழ்க்கையை நடத்திக்கொண்டிருந்தார். அவரும் கடற்கரையைத் தேடிப் போகக்கூடியவர். இவருக்கு வல்லிக்கண்ணனை ரொம்பப் பிடிக்கும். வல்லிக் கண்ணனின் 'நாட்டியக்காரி' என்கிற தொகுப்பிற்கு முன்னுரை எழுதியிருக்கிறார். அதில் அவருக்குத் தனிப்பட்ட ஈடுபாடு இருந்தது. ஆனால் இருவருடைய பார்வைக்கும் சம்பந்தம் இருப்பது போல் எனக்குத் தோன்றவில்லை. தனிமையாக இருப்பது, கடற்கரையில் போய் உட்கார்ந்திருப்பது, நண்பர்களைத் தேடிப் போகாமல் இருப்பது, கூட்டங்களில் கலந்துகொள்ளாமல் இருப்பது, செமினாரில் கலந்து கொள்வதிலெல்லாம் ஆசைப்படாமல் இருப்பது போன்ற காரியங்களிலுள்ள ஒற்றுமையாக இருக்கலாம்.

கடற்கரைக்குப் போவதெல்லாமே மனிதன் கடலை வாங்கித் தின்றுகொண்டு பேசிக்கொண்டிருப்பானே அந்த மாதிரிப் பயணமில்லை. ஆழ்ந்த தியானம், யோசனைகள் இந்த மாதிரி விஷயங்கள்.

நானும் பிச்சமூர்த்தியும் ஒன்றாக நடந்து கடற்கரைக்குப் போகிற சமயங்களில் பல விஷயங்களை அந்தரங்கமாக என்மேல் நம்பிக்கையோடு பேசிக் கொண்டிருந்தார் என்றுதான் நினைக்கிறேன்.

இன்னொரு விஷயம். இதெல்லாம் ஒருவர் ஆராய்ச்சி பண்ணினால் நான் சொல்கிற விஷயங்களில் முன்பின்னான முரண்பாடுகள் இருக்கலாம். எனக்கு அந்த ஆராய்ச்சிப் புத்தியே கிடையாது. நான் என் மனப்பதிவுகளைச் சொல்கிறேன். காலம் சார்ந்து சொல்கிறேன் என்பதை கோட்டை விட்டுவிடுவேன். ஆனால் நடந்த விஷயங்களைச் சொல்வதில் எந்த விதமான பிரச்சனையும் கிடையாது.

கொஞ்சதூரம் போனவுடனே பிரபலமான ஓட்டல் இருந்தது. திருவல்லிக்கேணியில் ம.பொ.சி. வீட்டுக்குப் பக்கம் என்று ஞாபகம். அந்த ஓட்டல் முன்னால் பெரிய சத்தியாக்கிரகங்களெல்லாம் நடந்திருக்கிறது. பெரியார், 'பிராமணாள் ஹோட்டல்' என்பதை எடுக்கவேண்டும் என்று சொன்ன சமயத்தில் பிடிவாதமாக எடுக்க மாட்டேன் என்று சொல்லி, ஓயாமல் பிரச்சனை நடந்து கொண்டிருந்தது.

திருவல்லிக்கேணி முக்கியமான இடம் என்பதால் அந்த ஓட்டலின் பின்னணியில் பல ஆட்கள் இருந்திருக்கலாம். அங்கே போனவுடனே 'இங்கே நல்ல காப்பி கிடைக்கும் சாப்பிடுவோமா?' என்று கேட்டார். அது அவ்வளவு முக்கியமான விஷயமில்லை. நான் என்ன விஷயம் சொல்லுகிறேன் என்றால் எதிலேயுமே அவருக்குப் பிடிவாதமான போக்குக் கிடையாது. சிகரெட் பிடித்துப் பாருங்களேன் என்று நான் தூண்டினேன் என்றால் அதைப் பிடித்துவிடுவார் என்றுதான் எனக்குத் தோன்றும்.

ந. பிச்சமூர்த்தி

தொடவேமாட்டேன், அதெல்லாம் எனக்கு ஆகாதுன்னு சொல்லுவார் என்று நான் நினைக்கவே இல்லை.

அவருக்கு எல்லாமே அனுபவந்தான். அதிலிருந்து தெரிந்துகொள்ள வேண்டியது ஏதாவது இருக்கா? தனிப்பட்ட முறையில் அந்த விஷயம் பிடிக்கவில்லை என்றால் தொடர்ந்து செய்ய விருப்பப்படமாட்டார்.

'சாப்பிடுவோமே' என்றேன். இரண்டு காப்பிக்கு ஆர்டர் பண்ணினார். காப்பி வந்ததும் உனக்குப் பசிக்கிறதா என்று கேட்டார். 'இல்லை' என்றதும் இருவரும் காப்பி குடித்துவிட்டு கிளம்பினோம்.

கடற்கரையில் போய் உட்கார்ந்தவுடனே நான் அவரிடம், 'ஒரு விஷயம் சொன்னால் நீங்க வருத்தப் படுவீர்களா' என்று கேட்டேன்.

'அதெல்லாம் ஒன்றும் கிடையாது. எந்த விஷயம் வேண்டுமானாலும் கேளு. எனக்கு பதில் சொல்ல விருப்பம் இருந்தால் சொல்லுவேன். இல்லையானால் பதில் சொல்ல மாட்டேன். வேறு விஷயம் பேசுவோமேன்னு சொல்லுவேன். அதற்காக வருத்தங்களெல்லாம் எனக்குக் கிடையவே கிடையாது' என்றார்.

'இப்பொழுது கொஞ்ச நாட்களாகவே செல்லப்பா, பாரதிக்கு அடுத்து நீங்கள்தான் முக்கியமான கவிஞர் என்று சொல்கிறார். அதெல்லாங்கூட ஒருவருடைய அபிப்பிராயமாக எடுத்துக் கொள்ளலாம். ஆனால் அவர் அதில் முனைப்பாக இருக்கிறார். அதை உறுதிப்படுத்த வேண்டும் என்கிற மனோபாவத்துடன் இருக்கிறார். அந்த மனோபாவம் தனிப்பட்ட முறையில் நல்ல விஷயமாகத் தெரியவில்லை. நீங்கள் என்ன நினைக்கிறீர்கள்?' என்று கேட்டேன்.

'அவன் செய்கிறது அவ்வளவும் தப்பு. அதைச் செய்யாதே என்று சொன்னால் கேட்கமாட்டேன் என்கிறான். பிடிவாதம் என்று சொன்னால் அவன்

மாதிரி பிடிவாதம் யாருக்கும் கிடையாது. இந்த மாதிரி விஷயங்களைச் சொல்வதையே விட்டுவிட்டேன். அவன் இஷ்டத்துக்குத்தான் செய்துகொண்டிருப்பான். அவன் புத்திசாலித்தனமான காரியம் மட்டுந்தான் செய்வான்னு நினைத்தீர்களானால் அது ரொம்ப தப்பு. எத்தனையோ தடவை சொல்லியிருக்கிறேன். இந்தக் காரியம் மட்டுமில்லை. வேறு சில காரியங்களும் செய்யவேண்டாமென்று. அவன் சொன்னால் கேட்கமாட்டான் அப்படின்னார்.

அவருக்கு அந்த அபிப்பிராயமே இல்லை. இரண்டாவது பாரதியோடு தன்னை இணைத்துப் பேசுவது அவருக்குக் கூச்சமாக இருந்தது. தனக்குப் பெரிய பதவி கிடைத்தது என்றெல்லாம் அவர் நினைக்கவில்லை.

அவரை ஆறேழு தடவைகள் நான் சந்தித்திருப்பேன். ஒவ்வொரு தடவையும் இரண்டு, மூன்று மணிநேரம் பேசிக்கொண்டிருந்திருப்பேன். இன்னும் இரண்டு மூன்று தடவை கூட சந்தித்திருக்கலாம். எழுத்தாளர் சம்பந்தமாக என்ன பேசினேன், அவர்களை எப்பொழுது பார்த்தேன் என்பதற்கெல்லாம் என்னிடம் எந்த ரெக்கார்டும் கிடையாது. எப்பொழுது அவர்களைப் பார்த்தேன் என்பது ஞாபகமிருக்கிறதோ அப்பொழுது பார்த்தேன் என்று சொல்கிறேன். உண்மையாக அதற்கு முன்னாலேயே பார்த்திருக்கலாம்.

பல புத்தகங்களைப்பற்றிச் சொல்லியிருக்கிறார். அதில் ஒரு விஷயம் தட்டுப்பட்டது. சிறுகதைத் தொகுப்பையோ நாவலையோ அவர் சொல்லவேயில்லை. திரும்பத்திரும்ப கவிதைகள் பற்றிச் சொல்கிறார். இது தவிர சில தத்துவ விசாரங்கள். தத்துவ விசாரங்கள் என்றால் ஒரு விதமான தத்துவ விசாரம். உதாரணமாக, பாரதியுடைய 'ஞானரதம்'. அதைப் பல தடவை படித்திருப்பார் என்று நினைக்கிறேன். பின்னால் நான் பிச்சமூர்த்தியுடைய பல கதைகளைப் படித்தவுடனே 'ஞானரத'த்திலுள்ள சில மனோபாவங்கள் அவர் கதைகளில் பிரதிபலிக்கிற மாதிரி இருந்தது. பாரதியுடைய சிந்தனை முறைகள், எழுத்து முறைகளின்

பிரதிபலிப்பும் அவரிடம் இருக்கிறது. அவர் எதையுமே மனசுக்குள் அலசிப் பார்க்கிறவர்தான். மூடநம்பிக்கை அவரிடம் கிடையாது. அவருக்குள்ளே சீர்திருத்தம், பகுத்தறிவின் சில பகுதிகளையாவது ஒத்துக்கொள்வது இதெல்லாம் இருந்தாலும்கூட முன்நிறுத்திப் பிரச்சாரம் பண்ணவே மாட்டார். தர்க்கம் பண்ணவே மாட்டார். என் வழி எனக்கு, உன் வழி உனக்கு என்கிற தீர்மானம்தான் அவருக்கு. அதே மாதிரி ரவீந்தரநாத் தாகூரின் கவிதைகள். வால்ட் விட்மனின் கவிதைகள். வால்ட் விட்மனின் கவிதைகள் முழுக்கவுமே ஆறேழு தடவையாவது படித்திருப்பார். அதில் சந்தேகமே இல்லை. ரொம்ப ஆழ்ந்த படிப்பு. தாகூரின் படைப்பு முழுக்க தமிழிலும் ஆங்கிலத்திலும் வந்த என்னென்ன புத்தகங்கள் இருக்கிறதோ அதெல்லாம் படித்துக்கொண்டிருந்தார் என்பது எனக்குத் தெரியும். சிறுகதைகள் பற்றியோ, நாவல் பற்றியோ, ஒரு வார்த்தை சொன்னதில்லை. அதெல்லாம் படித்திருக்கிறார் என்பது தெரியும். ஆன்டன் செகாவ் படித்திருக்கிறார் என்பதற்கான ஆதாரம் கிடைத்தது. அதிலெல்லாம் ஈடுபாடு இல்லாமல் ஒன்றுமில்லை. அவர் மனசைக் கவரக்கூடிய படைப்பாளிகள் பெரும்பாலும் கவிஞர்களும் தத்துவ விசாரமும்தான் என்கிற எண்ணந்தான் எனக்கு ஏற்பட்டது. ஹிந்து மதம், இஸ்லாம் மதம் சம்பந்தமாகக்கூட அந்த மதத்தில் ரொம்ப ஊன்றியிருந்த ஆட்களைவிட அந்த மதத்திலிருந்து வெளியில் வந்து அவை பற்றி யோசித்த ஆட்கள் பேரில்தான் அவருக்கு அபிப்பிராயம் இருந்தது. உதாரணமாக, இஸ்லாம் பற்றிப் பேசும்போதெல்லாம் சூஃபிஸம் பற்றித்தான் பேசுவார். அடிப்படையாகப் பேசக்கூடிய ஆட்கள் பற்றிப் பேசவே மாட்டார். அது மாதிரி சித்தர்கள் பற்றிப் பேசுவார்; ஆனால் தேவாரம், திருவாசகம் பற்றியெல்லாம் பேசவே மாட்டார்.

இந்த மாதிரி வெளியில் போய் இருக்கக்கூடிய ஆட்கள் பேரில்தான் அவருக்கு அக்கறை இருந்தது. அவருடைய எண்ணங்கள், பார்வைகள் என்னை நிறையவே பாதித்திருக்கிறது. உதாரணமாக, நமக்குச் சுதந்திரமிருக்கிறது.

அது போல் எதிராளிக்கும் சுதந்திரமிருக்கிறது. நாம் எப்படி வெளிப்படையாகப் பேசுகிறோமோ அது மாதிரித்தான் எதிராளியும் வெளிப்படையாகப் பேசுவான். பேசத்தூண்ட வேண்டும். ஒத்தகருத்துகள் சார்ந்துதான் மனிதர்கள் ஒருவருக்கொருவர் பரிமாறிக்கொள்ளவேண்டுமென்கிற அவசியமேயில்லை. இந்த ஆலோசனைகளுக்கெல்லாம் பிச்சமூர்த்தி காரணமாக இருந்திருக்கலாம் என்று நினைக்கிறேன்.

ஏசுவை வெளியில் நிற்பவராகத்தான் (Outsider) அவர் பார்க்கிறார். ஏசுவுடைய புதிய ஏற்பாட்டைப் படிப்பதற்கும் சித்தர்களைப் படிப்பதற்கும் சூஃபிஸம் படிப்பதற்கும் வித்தியாசம் கிடையாது. இவர்கள் எல்லாருக்குமே மனசில் கவிதை இருக்கும் என்று சொல்கிறார். கவிதையாக எழுத மாட்டார்கள், கவிதை இருக்கிறது என்பதே அவர்களுக்குத் தெரியாது என்கிறார்.

ராமகிருஷ்ண பரமஹம்ஸர் மிக முக்கியமான கவிஞர். அவருடைய உவமைகள் விஷயங்களெல்லாம் பார்த்தீர்களென்றால் கவிஞரால்தான் இப்படிச் சொல்ல முடியும். ஆனால் அவருக்குத் தான் கவிஞர் என்பது தெரியாது. அவர் சொன்ன எல்லாவற்றிற்குள்ளும் கவிதையின் வீச்சு இருந்துகொண்டிருக்கிறது. எல்லா சக்திகளுக்கும் அடிப்படையான சக்தி அதுதான்.

'அந்த சக்தியிலிருந்துதான் பிரிந்து வெவ்வேறு சக்தி உருவாகிறது' என்று பல சந்தர்ப்பங்களில் என்னுடன் பேசியிருக்கிறார். சஞ்சிகைகள் எல்லாம் அவர் புரட்டிப் பார்ப்பதே இல்லை. அதில் ஆர்வமே இல்லை. எழுத்து பத்திரிகை முக்கியமான பத்திரிகை. செல்லப்பா அதை அதிக விசுவாசத்தோடு நடத்துகிறார். அவ்வளவு விசுவாசம் தேவையில்லை என்றெல்லாங்கூட சொல்லியிருக்கிறார். அது மற்ற இளைஞர்களைப் பாதிக்கிறது என்பதெல்லாங் கூட அவருக்குத் தெரியும். மற்ற இளைஞர்களுடைய கவிதைகள் இருக்கே, நான், நகுலன், பிரமிள் எழுதிய கவிதைகளெல்லாம் தவறாமல் படித்துவிடுவார் அந்தக்

கவிதைகளைப் பற்றி தீர்மானமான அபிப்பிராயங்கள் அவர் மனதில் உண்டு. ஆனால் அந்த அபிப்பிராயங்கள் என்ன என்பதை வெளிக்கொண்டு வருவதற்குப் புற சக்தி ஒன்று வேலை செய்யவேண்டியிருக்கிறது. யாராவது ஒருவர் போய்ப் பேசி, அந்தக் காரியம் நடக்காதவரை அவர்கூடவே போய்விடும். நிறைய விஷயங்கள் அந்த மாதிரி போய்விட்டது.

என்னிடமே என் கவிதை பற்றி பிரமிள், நகுலன் கவிதை பற்றியெல்லாம் அபிப்பிராயம் சொல்லியிருக்கிறார். அந்தச் சமயத்தில் நன்றாக ஞாபகமிருந்தது. இளைஞர்களுடைய கவிதைகளைக்கூட மிகச் சிரத்தையாகப் படித்திருக்கிறார். அது பற்றி அபிப்பிராயங்களை உருவாக்கிக்கொள்கிறார்.

அவருடைய அபிப்பிராயம் சாதகமான அபிப்பிராயமாக இருந்ததா?

பொதுவாக அவருடைய பார்வை எல்லாமே சாதகமான பார்வைதான்.

நீங்கள், பிரமிள், நகுலன் எல்லாம் அவரிடமிருந்து வித்தியாசப் படுகிறீர்கள் என்கிற பார்வை வந்ததே.

அதை அவர் உணரவில்லை என்று நினைக்கிறேன்.

நான் அவரைப் பார்த்ததற்குப் பின்னால் பல வருஷங்கள் வாழ்ந்திருக்கிறார். பின்னால் அந்த மாற்றங்கள் ஏற்பட்டிருக்கலாம். நாங்கள் நாலைந்து பேர்தான் எழுத்தில் கவிதைகள் எழுதியிருக்கிறோம். சொல்லப்போனால் என்னுடைய முதல் கவிதைகளிலெல்லாம் பிச்சமூர்த்தியின் பாதிப்பு இருக்கிறது. பிச்சமூர்த்தியுடைய – பெட்டிக்கடை நாரணன் என்ற கவிதையை செல்லப்பா மறு பதிப்பு செய்தார். பிச்சமூர்த்தி எழுத்து பத்திரிகைக்காகப் புதுசாக கவிதை ஒன்றும் எழுதிக் கொடுக்கவில்லை.

மறு பதிப்பு செய்த சந்தர்ப்பம் சரியாக அமைந்தது. அப்பொழுதுதான் க.நா.சு. விமர்சனபூர்வமாகப் புதுக் கவிதை பற்றிப் பேசிக்கொண்டிருந்தார். நிறையப்

பேருக்கு புதுக் கவிதைக்குள் போகவேண்டுமென்கிற ஆசை இருந்தது.

ரேஷனுக்கு, 'பங்கீடு' என்ற வார்த்தையைப் பயன் படுத்தியிருப்பார். அந்தக் கவிதை என்னைப் பாதித்தது. செல்லப்பா ஒரு தடவை அவர் வீட்டில் வைத்து இளம் கவிஞர்களுக்கான கூட்டத்துக்கு ஏற்பாடு செய்தார். இளம் கவிஞர்கள், அவர்கள் கவிதைகள் பற்றியும், பொதுவாக கவிதைகள் பற்றி என்ன நினைக்கிறார்கள் என்றும் பேசவேண்டும். எனக்கு அந்தக் கூட்டத்தில் கலந்துகொள்ளவே விருப்பம் இல்லை. அதற்கெல்லாம் காரணம் செல்லப்பா சம்பந்தப்பட்ட விஷயமே தவிர வேறு பிரச்சனை அல்ல. (செல்லப்பா சம்பந்தப்பட்ட விஷயம் என்ன என்பதை செல்லப்பாவைப் பற்றிச் சொல்லும் போது ஓரளவுக்கு விளக்க முயற்சி பண்ணுகிறேன்.)

அவர் ஒருவிதமாக விஷயத்துக்கு அழுத்தம் கொடுக்கிறார் என்கிற எண்ணம் வந்துவிட்டது. நான் அவர் குரூப்பைச் சேர்ந்தவனா, க.நா.சு. குரூப்பைச் சேர்ந்தவனா என்கிற சிக்கலில் மாட்டிக்கொண்டுவிட்டார்.

அவருக்குத் தெரிகிறது, எனக்கு க.நா.சு. பேரில் எந்த அளவுக்கு அபிப்பிராயம் இருக்கிறதோ அந்த அளவுக்கு அவர்பேரில் இல்லை என்பது. வெங்கட் சாமிநாதனுக்கும் சிவராமுவுக்கும் அவர்பேரில் எந்த அளவுக்கு உயர்வான அபிப்பிராயம் உண்டோ அந்த அளவுக்கு க.நா.சு. பேரில் இல்லை என்பதும். அது உண்மையான கணிப்புதான். இந்த கணிப்புச் சார்ந்துதான் அவர் பல விஷயங்களில் இயங்குகிறார் என்பது ஆச்சரியமாக இருந்தது.

பின்னால் நான் பார்த்த இலக்கியச் சர்ச்சைகள் எல்லாமே அந்தக் காலத்திலேயும் இருந்திருக்கிறது என்பதற்கு என்னிடம் எவ்வளவோ ஆதாரங்கள் இருக்கிறது. இப்பொழுது எண்ணிக்கை அதிகம். ஆக்டிவிட்டீஸ் அதிகம். சர்ச்சைகளும் அதிகம். விரல்விட்டு எண்ணத் தகுந்த காலத்திலேயேகூட ஏகப்பட்ட இலக்கியச் சர்ச்சைகள்

நடந்திருக்கிறது. எந்த விஷயத்திலும் மாற்றமில்லை. அதே குணங்கள். அதே வம்பு.

செல்லப்பா ஏன் என்னை வீட்டிற்கு வரச்சொல்கிறார் என்கிற எண்ணம் என் மனசில் உடனே வந்தது. நான் அந்தக் கூட்டத்திற்கு வராமல் இருப்பதற்கான சந்தர்ப்பம் இருக்கிறது. அந்த நேரத்தில் நான் க.நா.சு.வைப் பார்க்கப் போய்விடலாம். ஆனால் நான் கண்டிப்பாக அந்தக் கூட்டத்துக்கு வரவேண்டும். ரொம்ப முக்கியமான கூட்டம் அவரைப் பொறுத்தவரை. 'வீட்டுக்கு வா. நாலரை மணிக்கு நீயும் நானும் அவரை நம் வீட்டில் சந்திக்கிறோம்' என்றெல்லாம் விதிகளை உருவாக்கிவிட்டார்.

அப்பொழுது எனக்குத் தோன்றியது, எதற்கு அவர் பேரில் இவ்வளவு கோபமாக இருக்கவேண்டும்? அதற்கு அவசியமே கிடையாது. எனக்கு உள்ளூர அவரிடம் எவ்வளவோ மதிப்பு இருக்கிறது. விமர்சனம் இருக்கிற மாதிரி அவரிடம் மதிப்பும் இருக்கிறது. அதற்கு அவருடைய சுபாவங்கள்கூடக் காரணம் அல்ல. மனிதர்களிடம் ஏற்றத்தாழ்வுள்ள குணங்கள் இருக்கும் என்பது எனக்குத் தெரியும்.

நான் விஷயத்தைவிட்டு விலகிப்போகிறேன் என்றாலும், இது சொல்வதற்கு முக்கியமான சந்தர்ப்பம். அதனால் சொல்கிறேன்.

செல்லப்பா நல்ல வாசகர் அல்ல என்று எனக்கும் பின்னால் அவரிடம் பழக நேர்ந்த நம்பிக்கும் அபிப்பிராயம் உண்டு. அவருக்கு வாசிப்பில் ஆசை இல்லை. கொஞ்சங் கொஞ்சம் படிப்பாரே தவிர வாசிப்பில் விருப்பம் உள்ளவர் இல்லை. நிச்சயமாகப் பேராசை இல்லை. ஆங்கிலம் வழியாகப் பெரிய புத்தகங்கள் படிக்கவேண்டும், தமிழ் வழியாக நல்ல புத்தகங்கள் படிக்கவேண்டும் என்ப தெல்லாம் அவருக்கு இல்லை. நானும் நம்பியும் திட்ட வட்டமாகப் பேசி ஒரு முடிவுக்கு வராவிட்டாலுங்கூட தொடர்ந்து நாங்கள் விவாதிப்பது மூலம் ஒரே புள்ளிக்கு

வந்து சேர்ந்திருந்தோம். அந்தப்புள்ளி என்ன என்பது பற்றியும் நாங்கள் பேசிக்கொண்டதில்லை. அது என்ன வென்றால் வாசிப்பில் ரொம்ப ஆர்வம் உள்ளவன்தான் சிறப்பாக எழுதமுடியும். வாசிப்பை யார் அலட்சியம் செய்கிறார்களோ அவர்கள் சிறப்பாக எழுத முடியாது என்பதில் எங்கள் இருவருக்கும் கொஞ்சங்கூட கருத்து வேற்றுமையோ சந்தேகமோ கிடையாது. நாங்கள் அதை வைத்து ஒருவரை ஏற்றுக்கொள்ளுவோம். அதை வைத்து டிஸ்மிஸ் பண்ணவும் செய்வோம். இன்னொரு அளவுகோல்கூட வைத்திருந்தோம். அதுவும் நாங்கள் பேசித் தர்க்கம் பண்ணி செய்த அளவுகோல் அல்ல. கலைஞனுடன் ஒன்றாகப் போவது, பேசுவது, பழகுவதி லிருந்து கலைஞனா என்பது தெரிந்துவிடும். அவன் கலைஞன் இல்லையென்றால் அதுவும் வெளிப்பட்டுவிடும். கலைஞன் என்கிற வர்க்கம் வேறு, அவர்கள் உருவாக்கும் விஷயங்கள் வேறு, எழுத்தாளர் என்பவர்கள் பழக்கத்தினால் ஆசை காரணமாகச் செய்யும் காரியங்கள் வேறு என்பது எங்களுக்குத் தெளிவாகிவிட்டது.

ஜெயகாந்தனைப் பார்த்ததும் எனக்கும் நம்பிக்கும் ரொம்ப மகிழ்ச்சி வந்தது. அவருக்கு அந்தச் சமயத்தில் சொல்லும்படியான பெரிய படிப்போ, வாசிப்புப் பழக்கமோ கிடையாது. பின்னால் கூட்டங்களில் அவரே வாசிப்பு பழக்கம் கிடையாது என்று சொல்லியிருக்கிறார். மற்றவர்கள் என்னவெல்லாம் செய்திருக்கிறார்கள் என்பதில் அவருக்கு ஆர்வமே கிடையாது. தேசிய இலக்கியங்கள் பற்றியும் உலக இலக்கியங்கள் பற்றியும் பேச ஆரம்பித்தோமென்றால் விஷயத்தை அவருடைய உலகத்துக்கு மாற்றிக்கொண்டு போய்விடுவார் என்று நம்பி சொல்லியிருக்கிறான். ஜெயகாந்தன், கி. ராஜநாராயணன் போன்ற வாசிப்பில் அக்கறை இல்லாத பல கலைஞர்களைச் சந்தித்த பின், வாசிப்பு இல்லாவிட்டாலும் நேரில் சந்தித்தால் அவர்கள் பழக்க வழக்கங்கள் மூலம் கலைஞன்தான் என்பதை உறுதிப்படுத்தி விடுவார்கள் என்பதைச் சேர்த்துக் கொண்டோம்.

ந. பிச்சமூர்த்தி

விவாதம் என்றால் எனக்கும் நம்பிக்கும் தொடர்ந்து பேச்சுதான். நம்பி இவ்வளவுக்கும் பெரிய வாசகன் அல்ல. ஆனால் அவனுக்கு அசாத்தியமான ஆர்வம் உண்டு. நான் உலக இலக்கியம் சம்பந்தமான புத்தகம் ஒன்று வாசித்திருந்தால், அது பற்றித் துருவித்துருவிக் கேட்டு, கிட்டத்தட்ட அந்தப் புத்தகத்தை வாசித் திருந்தால் என்ன சாராம்சத்தை அடைவோமோ அதை அடைந்துவிடுவான். அவனுடைய மனசில் என்ன எண்ணம் என்றால் எனக்கு உலகத்திலுள்ள எல்லா இலக்கியங்களையுமே படிக்க ஆர்வமும் ஆசையும் இருக்கிறது. எனக்குக் கண் பார்வை இல்லை. நான் என்ன செய்யமுடியும்? மற்றவர்களிடம் கேட்டுத்தானே தெரிந்துகொள்ள முடியும். அந்த மாதிரி ஜன்மம் நான். ஆர்வம் இருக்கு. ஆனால் உட்கார்ந்து படிக்கப் பொறுமை குறைவாக இருக்கு அப்படின்னு நினைத்துக்கொள்வான்.

க.நா.சு. பெரிய வாசகர் என்பதால், அவரிடம் பேசி ஏகப்பட்ட விஷயங்களைக் கிரகித்துக் கொண்டுவிட்டான். தாஸ்தயேவ்ஸ்கியுடைய ஒரு நாவலைக்கூட அவன் படிக்காமல் இருந்திருக்கலாம். ஆனால் தாஸ்தயேவ்ஸ்கி யுடைய உலகத்தின் இருட்டு, வெளிச்சம், தத்தளிப்பு, தவிப்பு எல்லாம் அவனுக்குச் சுத்தமாகத் தெரியும். அது ஒருவிதமான கலை. முழுமை அடையாத நபராகத்தான் எப்பவுமே நவீன இலக்கியத்தில் இருப்பான். ஆனால் தர்க்கம் என்று வரும்போது அவன் பேசுவதை அலட்சியப்படுத்த முடியாது.

ஜெயகாந்தன், ராஜநாராயணன் இவர்களை யெல்லாம் மனதுக்குள் சேர்த்துக் கொள்கிறோம். இதெல்லாமே எங்களை அறியாமல் நடக்கக்கூடிய விஷயமே தவிர அது பற்றி ஆழமாகப் பேசிக்கொண்டதில்லை. செல்லப்பாவிடம் நான் நெருங்கிப் பழகிய பின்தான் நம்பி அவரைச் சந்தித்தான். அவர் பற்றிய என் அபிப்பிராயங்களை முன்னாலேயே அவனிடம் சொல்லிவிட்டேன். அவர் கலைஞராக இல்லை. நன்றாக எழுதுகிறார். அவரிடம்

ஒருவிதமான வறட்சி இருக்கிறது. கலைஞரிடம் அந்த மாதிரியான வறட்சி இருக்காது. நேரத்தை ஒதுக்கி அவர் கூடப் பேசிக்கொண்டிருப்போம் என்று தோன்றுவதில்லை. உரத்த குரலில் பேசுவார். கோபப்படுவார். இது ஒன்றுமே செய்யாத க.நா.சு., மென்மையாகப் பேசக் கூடியவர், பேச்சில் ஒருவிதமான கிண்டல் வந்து கொண்டேயிருக்கும். அவருடைய பேச்சில் ஏற்படக்கூடிய ஈர்ப்பு இவரிடம் ஏற்படுவதில்லை என்றெல்லாம் நாங்கள் பேசியிருக்கிறோம். ரொம்பவும் பின்னால் செல்லப்பாவைச் சந்தித்தபோது நம்பிக்கும் அதே அபிப்பிராயந்தான் உறுதியாக இருந்தது. அவருடைய எழுத்துக்கும் நேரில் பழகுவதற்கும் பெரிய முரண்பாடில்லை என்பது.

அந்தச் சமயத்தில் திருவனந்தபுரத்தைச் சேர்ந்த நீல. பத்மநாபனின் 'தலைமுறைகள்' நாவல் வெளிவந்தது. அவருக்கும் வாசிப்பில் நம்பிக்கையோ ஆர்வமோ கிடையாது. அவர் எழுதிய 'தலைமுறைகள்' நாவலைப் படித்ததும் எனக்கும் நம்பிக்கும் பிடித்துவிட்டது. அது முக்கியமான நாவல்தான். அந்தச் சமயத்தில் நாங்கள் பிடித்துவைத்துக்கொண்டிருந்த விஷயத்தை ரொம்ப அளவுக்கு இழந்துவிட்டோம் என்கிற எண்ணம் ஏற்பட்டது. 'தலைமுறைகள்' பற்றி நீல. பத்மநாபன் பேசுவதற்கான சூழலை உருவாக்கித் தந்தாரா, அவர் இல்லாமலேயே கூட்டம் நடந்ததா என்பது நினைவில் இல்லை. அந்தக் கூட்டத்தில் நாங்கள் இருவருமே அந்த நாவலைப் புகழ்ந்து பேசினோம். திரும்ப வரும்போது நம்பி சொன்னான்: இவர் நன்றாகத்தான் நாவல் எழுதியிருக்கிறார். அதை நாம் ஒத்துக்கொண்டுதான் ஆகவேண்டும். வாசிப்பே இல்லாமல், நேரில் பேசுவதற்கும் கொஞ்சங்கூட கவர்ச்சி ஏற்படாத நபர் இந்த மாதிரி நாவல் எழுதினால்—இந்த மாதிரி தப்புக்களை கடவுள் பண்ணுவதுண்டு, மின்னப்பின்னப் பார்த்து அதை அவர் சரிசெய்து கொண்டுவிடுவார்.

அப்படியெல்லாம் அவர் சரிசெய்யவில்லை என்பதும், போகப்போகச் சூழலில் வாசிப்பு குறைந்த ஆட்கள்தான்

படைப்பை உருவாக்கிக் கொண்டிருக்கிறார்களே தவிர வாசிப்பில் பழைய நம்பிக்கையுடைய ஆட்கள் மிகவும் குறைவு என்பதைத்தான் என்னுடைய காலம் நிரூபித்துக் கொண்டிருக்கிறது. அதனால் இப்பொழுது நான் வாசிப்பு உண்டா இல்லையா என்கிற கேள்வியை விட்டுவிட்டேன். வாசிப்பு இருக்குமானால் ரொம்ப சந்தோஷம்.

முதலில் எனக்கும் செல்லப்பாவுக்கும் மன வேற்றுமை ஏற்படுவதற்குக் காரணம் க.நா.சு. வாசிப்பு மூலம் என் மனதை மிகவும் கவர்ந்திருப்பதும், வாசிப்பு என்பதை செல்லப்பா முற்றாக இழந்து நிற்பதுந்தான். இதுக்கு மேல்தான் மற்ற விஷயங்களெல்லாம் எழுப்பப்பட்டிருக்கிறது. இதுதான் அடித்தளம்.

முற்றாக என்று சொன்னீங்க. சுத்தமாகப் படிக்க மாட்டாரா?

இல்லை, இல்லை. பாரதி படித்திருக்கிறார். நவீன இலக்கியத்தில் சிறுகதைகள் படித்திருக்கிறார். ஆங்கிலத்தில் சில புத்தகங்கள் படித்திருக்கிறார். எழுத்து பத்திரிகை ஆரம்பித்ததற்குப் பின்னால் நிறைய விமர்சனக் கட்டுரைகள் படித்திருக்கிறார். அதெல்லாமேகூட எனக்கு அதிருப்தியைத்தான் ஏற்படுத்தியது. அந்த நேரத்தில் படிக்க ஆரம்பிப்பது, அந்த காலகட்டத்தைப் பற்றிப் பேசுவது – 'செவன் ஆம்பிக்யூட்டீஸ்' என்று கவிதைகளைப் பற்றி புத்தகம் வந்தது – அதை ஓயாமல் படித்துக்கொண்டிருப்பது. அது மாதிரி புத்தகம் எவ்வளவோ வந்திருக்கு. ஒரு பயணம் மேற்கொண்டார் என்பதைவிட டெக்ஸ்டை தனக்கு சாதகமாக வைத்துக்கொண்டு அதைச் சார்ந்து பேசுவது. க.நா.சு.வுக்குப் புத்தகத்தை எடுத்துக்கொள்ளவும் தூக்கிப் போடவும் தெரியும். இவர் பிடித்துக்கொண்டாரானால் அந்தப் புத்தகத்தை விடவேமாட்டார். இப்படி பல விஷயங்கள் எங்களுக்கு ஏமாற்றம் ஏற்படும்படித்தான் இருந்தது.

எனக்கும் அவருக்கும் கருத்து வேற்றுமையெல்லாம் கிடையாது. நான் எப்பவுமே கோபதாபமாக இருக்கிறேனோ

என்கிற சந்தேகமெல்லாம் வந்தது. அன்றைக்கு 'ஸார், நான் நாலரை மணிக்கு கரெக்டாக வந்துவிடுகிறேன்' என்று சொல்லி சரியான நேரத்துக்குப் போய்விட்டேன். நடந்துதான் வெளியில் போய்விட்டு வீட்டிற்கு வந்தோம். அவருக்குப் படபடப்பு இருந்தது. கூப்பிட்ட ஆட்களெல்லாம் வருவார்களா? வைதீஸ்வரன் கண்டிப்பாக வந்துவிடுவான் என்று சொல்லிக்கொண்டார்.

அந்தக் கூட்டத்தில் மொத்தத்தில் யாரெல்லாம் கலந்து கொண்டார்கள் என்கிற பட்டியலெல்லாம் தெரியாது. வைதீஸ்வரன் வந்திருந்தார். தி.சோ. வேணுகோபாலன், அந்தக் காலத்தில் முக்கியமான கவிஞராகக் கருதப்பட்டவர், வந்திருந்தார். நான் போயிருந்தேன். அநேகமாக ந. முத்துசாமி வந்திருந்தார் என்று நினைக்கிறேன்.

முத்துசாமிக்கும் செல்லப்பாவுக்கும் நெருக்கமான உறவு இருந்தது. முத்துசாமி நிறையபேரோடு உறவு வைத்துக் கொண்டிருந்தார். யாரோடு நெருக்கமான உறவு வைத்துக் கொண்டிருக்கிறாரோ அவரைச் சிந்தனையாளனென்றோ எழுத்தாளனென்றோ சொல்லுவார். அடுத்த முக்கியமான ஆளைப் பார்க்கும்போது இவரை விட்டு விட்டு அவரைப் புகழ்ந்துகொண்டிருப்பார். ஒருவரைப் பாராட்டினால் உரத்த குரலில் பாராட்டுவார். விமர்சனம் பண்ணினாலும் உரத்த குரலில்தான் பண்ணுவார். அது அவரது நல்ல குணத்தைத்தான் காட்டுகிறது. வெள்ளை மனசைத்தான் காட்டுகிறது. அவர் வந்திருந்தார் என்று தான் ஞாபகம். ஏதோ காரணத்தினால் பிச்சமூர்த்தி வருவதற்குச் சிறிது நேரம் பிந்தியது. அவர் ஒழுங்காக வந்து சேரவேண்டுமே, அவரைக் கூட்டத்திற்கு வருபவர்களுக்குப் பிடிக்க வேண்டுமே என்ற கவலையில் செல்லப்பா படபடப்புடன் இருப்பதுபோல் தோன்றியது.

செல்லப்பா கவிதை பற்றி அவருடைய தியரிகள், எண்ணங்களையெல்லாம் விரிவாகப் பேசினார். அதில் எனக்கு ஒரு விஷயத்தில் உடன்பாடு உண்டு. புதுக்கவிதையை

உருவாக்கியதில் எழுத்து பத்திரிகைக்கும் முக்கியப் பங்குண்டு என்பதில் எனக்கு எந்தக் கருத்து வேற்றுமையும் கிடையாது. செல்லப்பா அந்தப் பத்திரிகையை ஆரம்பிக்கும் சமயத்தில் புதுக்கவிதையில் அவருக்கு நாட்டமும் கிடையாது, அதைப் பற்றி யோசித்தவரும் அல்ல.

அவருக்கு இலக்கிய விமர்சனத்தை வளர்க்கணும். தான் முக்கியமான இடத்தை அடைவதற்கான வாய்ப்புகள் இருக்கிறது. கிட்டத்தட்ட தன்னுடைய நாற்பத்தைந்து, ஐம்பது வயதுவரை இலக்கிய விமர்சனம் சம்பந்தமாக தான் எதுவுமே செய்யவில்லை. நான் புத்தகங்கள் பற்றி விமர்சனம் செய்தால் எல்லா எழுத்தாளர்களும் – சிதம்பர சுப்ரமணியம், பி.எஸ். ராமையா போன்றவர்கள் – மதிக்கிறார்கள். க.நா.சு. மட்டுந்தான் இழிவாகப் பேசிக்கொண்டிருப்பார் என்கிற எண்ணம் வந்தவுடனே விமர்சகராக இருக்கக்கூடிய சந்தர்ப்பத்தை இழந்து நிற்கிறோம் என்றும், பிந்தித்தான் அந்த வேலையை ஆரம்பிக்கிறோமென்றும் முழு மூச்சில் அந்தப் பணியைச் செய்ய வேண்டும் என்கிற எண்ணத்தில்தான் அந்தப் பத்திரிகையை ஆரம்பித்தார். எழுத்து பத்திரிகையின் முதல் இதழ் தலையங்கத்தில் கிட்டத்தட்ட இதே சாராம்சத்தைக் குறிப்பிட்டிருக்கிறார். ஆனால் இவர் எதிர்பார்க்காமலேயே இலக்கிய விமர்சனக் கட்டுரைகள் வருவதற்குப் பதிலாகக் கவிதைகளாக வர ஆரம்பித்தன.

எழுத்து ஆரம்பித்து நாலைந்து இதழ்கள் வரை க.நா.சு.வும் செல்லப்பாவும் தங்கள் தோழமையைப் புதுப்பித்துக்கொண்டார்கள். அடிக்கடி சந்திப்பது, பேசுவது எல்லாம் நடந்தது. அதற்குப் பின்னால் விலகிவிட்டார்கள். அந்தச் சந்தர்ப்பத்தில் க.நா.சு.வின் கருத்துகள் தலையங்கத்தில் நல்ல அபிப்பிராயங்களை உருவாக்கிக்கொண்டிருந்தன. செல்லப்பாவுக்கு அது தேவையாகவும் இருந்தது.

அவர்தான் இந்தக் கவிதைகளைப் படித்துவிட்டு இதெல்லாம் முக்கியமான கவிதைகள், இவைகளை

பிரசுரித்தால் மட்டும் போதாது, இவர்களையெல்லாம் நீ உற்சாகப்படுத்த வேண்டும் என்று செல்லப்பாவிடம் சொல்லிக்கொண்டிருந்தார். புது விஷயம் உருவாகிவருவது போல் தோன்றுகிறது என்பதையும் அதன் மதிப்பையும் க.நா.சு. மூலம்தான் செல்லப்பா தெரிந்துகொண்டார் என்பது என் அபிப்ராயம். ஏராளமான கவிதைகள் வர ஆரம்பித்திருந்தது. எல்லாருமே நன்றாக எழுதக் கூடியவர்கள் என்பதை க.நா.சு. பத்திரிகையில் கடிதம் மூலம் தெரியப்படுத்தியிருந்தார். அந்தக் கடிதத்தில், 'பிச்சமூர்த்தி நவீனக் கவிஞரே இல்லை. இதுவரை கேள்விப்படாத பசுவய்யா என்பவன் 'உன் கை நகம்' என்று கவிதை எழுதியிருக்கிறான். அதுதான் புதுக்கவிதை' என்கிறார்.

நான் அந்தக் கவிதையைச் செல்லப்பாவுக்கு அனுப்புகிறச் சமயத்தில் உங்களைத் தவிர யாருக்கும் நான்தான் பசுவய்யா என்பது தெரியக்கூடாது என்பதைக் குறிப்பிட்டிருந்தேன். உடனேயே விசுவாசமாக யாருக்கும் தெரியப்படுத்த மாட்டேன் என்று பதில் போட்டுவிட்டார். காந்தீயவாதியாக இருந்ததால் அதுபடி யாரிடமும் சொல்லியிருக்கவும் மாட்டார். க.நா.சு. அந்தக் கவிதையை யார் எழுதியது என்று தெரியாமலேயே பாராட்டியது எனக்கு மிகப் பெரிய உற்சாகத்தையும் மகிழ்ச்சியையும் கொடுத்துவிட்டது. க.நா.சு. எழுதி அது எழுத்து பத்திரிகையில் கடிதமாக வெளிவந்திருக்கிறது.

செல்லப்பா கவிதை பற்றி விரிவாகப் பேசிக்கொண்டிருந்தார். சிறந்த கருத்துக்களைக்கூட அவர் முன் வைக்கும் முறை சிறப்பாக இல்லை. இது இப்படித்தான், அது அப்படித்தான் என்று ரொம்ப ஓங்கிச் சொல்லுவார். சந்தேகங்கள் இல்லாத மனசு. க.நா.சு.வுக்கெல்லாம் ரொம்ப சந்தேகம். எதைப்பற்றிப் பேசினாலும் சந்தேகம். எனக்கும் அப்படித்தான்.

அவர் பேசுவதை நானோ நண்பர்களோ எப்படி கவனிக்கிறோம் என்பதைவிட பிச்சமூர்த்தி எப்படி

கவனிக்கிறார் என்பதைத்தான் நான் கவனித்துக் கொண்டிருந்தேன். பிச்சமூர்த்தி நிச்சலனமான முகத்துடன் எவ்விதப் பிரதிபலிப்பும் இல்லாமல் கவனித்துக் கொண்டிருந்தார். அவர்கள் இருவரும் இலக்கிய நண்பர்கள் மட்டுமல்ல, இருவருக்குள்ளும் ஒரு வாத்சல்யம் இருந்தது. பிச்சமூர்த்தியிடம் மூத்த அண்ணா போன்ற மதிப்பு அவருக்கு. திட்டும்போதும் கோபப்படும்போதும்கூட சொந்த தம்பியிடம் கோபப்படுவது போன்று செல்லப்பாவிடம் உரிமையுடன் பிச்சமூர்த்தி கோபப்படுவார்.

செல்லப்பா பேசி முடித்துவிட்டு பிச்சமூர்த்தியிடம் 'நீங்கள் பேசலாம்' என்று சொன்னார். உடனே பிச்சமூர்த்தி 'கவிதையைப் பற்றி பேசுவதற்கு என்ன இருக்கிறது. நிறைய எழுத வேண்டும். கவிஞனெல்லாம் கவிதை பற்றிப் பேசவே மாட்டான். அவன் கவிதை எழுதுவான். கவிதையில் ஈடுபாடு இல்லாதவன்தான் கவிதை பற்றி பேசிக்கொண்டிருப்பான். இங்கே வந்திருக்கிறார்களே இளைஞர்கள் அவர்களையெல்லாம் பேசச் சொல்லு. கேட்டுக் கொண்டிருப்போம்' என்றார்.

வைதீஸ்வரன் பேசினார். அவர் நடிகர். ஓவியர். பார்க்க அழகாக இருப்பார். செல்லப்பாவுக்குப் பிடித்தமானவர். செல்லப்பா அவருக்கு வழிகாட்டியாக இருப்பார். எழுத்தில் வரும் அவர் கவிதைகளை எல்லாம் மற்றவர்களிடம் மிகவும் சிலாகித்துச் சொல்லுவார். சுதந்திரமாக நகைச்சுவையோடு அவர் பேசினார். அனேகமாக வந்திருந்தவர்கள் எல்லாருமே பேசினார்கள்.

எனக்குப் பேசமுடியவில்லை; ஏதோவொரு மனத்தடை வந்துவிட்டது. 'பத்து வாக்கியமாவது பேசு' என்று என்னைப் பேசவைக்க செல்லப்பா முயற்சி பண்ணினார். என்னால் முடியவில்லை. அது செல்லப்பா மனசில் எப்படி எதிரொலித்ததென்றால், இது மறுப்பின் அடையாளம் என்று எடுத்துக்கொண்டார். பின்னால் நான்

பிச்சமூர்த்தியைப் பார்த்தபோது 'அன்னிக்கு நீ பேசாமல் மற்றவர்கள் சொல்வதைக் கேட்டுக்கொண்டிருந்தாயே அதுதான் அழகாயிருந்தது. கூட்டத்திலேயே அழகாயிருந்த விஷயம் நீ பேசாமல் இருந்ததுதான்' என்றார். அது எனக்கு மகிழ்ச்சியாக இருந்தது.

இப்படி ஒவ்வொரு விஷயத்திலும் அவருடைய மனோபாவமானது வித்தியாசமானதாகவும் ஆத்மார்த்த மாகவும் நாம் மனசுக்குள்ளே வைத்துக்கொள்கிற மாதிரியும் பேசுவார். குறைவாகப் பேசினாலும் ஆழ்ந்த ஞாபகங்கள் இருக்கின்றன. இன்னொரு விஷயம், அன்று பிச்சமூர்த்தி பங்கெடுத்துக் கொண்டதுகூட செல்லப்பாவின் வற்புறுத்தலினால்தான். செல்லப்பாவின் பேச்சைத் தட்ட முடியாது. அந்தக் காரணத்தினால்தான் வந்தாரேயொழிய பொதுவாக அவர் கூட்டங்களில் பேசுவது கிடையவே கிடையாது.

அவருக்கு வயதான பிறகு மதுரை காமராசர் பல்கலைக்கழகத்தில் சில தமிழ்ப் பேராசிரியர்கள் சேர்ந்து வரவேற்பு கொடுத்தார்கள். அதற்குக்கூட முக்கியமான காரணம் உண்டு. சி. கனகசபாபதி என்கிற பேராசிரியர் எழுத்துப் பத்திரிகையில் எழுத ஆரம்பித்தார். க.நா.சு.வை யும் செல்லப்பாவையும் சந்தித்தார். அவரைச் சந்தித்தது இருவருக்கும் வாழ்க்கையில் நடந்த முக்கியமான நிகழ்ச்சி. ஏனென்றால், கல்லூரியில் தமிழ் ஒழுங்காகப் படித்தவன் நம்மைத் தேடி வந்து, நாம் புதுமையான விஷயங்கள் செய்கிறோம் என்பதால் கவரப்பட்டு அந்த விஷயங்களை நம்மிடம் பேசுகிறான். புதுக்கவிதையைப் பற்றிப் பேச ஆசைப்படுகிறான். புதுக் கவிதை எழுத ஆசைப்படுகிறான். வாழ்க்கையில் முதல்முதலாக அந்தவிதமான நபரை அப்பொழுதுதான் அவர்கள் சந்திக்கிறார்கள். அவர்களுக் குள்ளே உறவு ஏற்பட்டது. பின்னால் காமராசர் பல்கலைக் கழகத்துக்குத் தமிழ்த்துறைத் தலைவராகவோ, முக்கிய பொறுப்பிலேயோ வந்தவுடனே கனகசபாபதிக்குப்

பிச்சமூர்த்தியைக் கௌரவிக்க வேண்டும் என்கிற எண்ணம் வந்தது. அவரின் பேச்சைத் தட்ட முடியாத அளவுக்குப் பிச்சமூர்த்திக்கு நெருக்கம் வந்துவிட்டது. அந்தக் கூட்டத்தில்தான் பிச்சமூர்த்தி கொஞ்சங்கொஞ்சம் விஷயங்களை மற்றவர்களுடன் பகிர்ந்துகொண்டார். மற்றபடி வேறு கூட்டங்களில் பங்கெடுத்துக்கொண்டதே இல்லை.

சாகித்திய அக்காதெமி என்று ஒரு அமைப்பு பரிசு கொடுத்துக்கொண்டிருக்கிறது. அதை ஒவ்வொரு வருடமும் யார் யாரோ வாங்கிக் கொண்டிருக்கிறார்கள் என்பதைப் பற்றியெல்லாம் அவருக்கு அறவே சிந்தனை கிடையாது. உலகத்தில் எவ்வளவோ காரியங்கள் நடந்து கொண்டிருக்கின்றது, எனக்கும் அதுக்கும் எந்தச் சம்பந்தமுமில்லை என்பதில் திட்டவட்டமாக இருந்தார்.

பின்னால் நவசக்தி என்கிற பத்திரிகையில் அழகிரிசாமியும் கிருஷ்ணன் நம்பியும் வேலை பார்த்திருக்கிறார்கள். அந்தப் பத்திரிகையா வேறு பத்திரிகையா என்பது ஞாபகமில்லை, பிச்சமூர்த்தியும் அங்கு வேலை பார்த்தார். அவருக்கு இரவுப்பணி கொடுத்திருந்தார்கள். பிச்சமூர்த்தி பற்றி அவர்களுக்கு எதுவுமே தெரியாது. ஆனால் ஒன்று தெரியும். எந்த வேலையை வேண்டுமானாலும் அவரிடம் சொல்லலாம். எல்லாவற்றிற்கும் வளைந்துகொடுத்துப் போவார். மற்றவர்களிடம் பேசினால் தகராறு வரும். இரவுப் பணியைச் சாதாரணமாக ஒருவரும் விரும்ப மாட்டார்கள்.

இரவுப் பணி பற்றி அவருக்கு எந்தக் குறையும் கிடையாது. இரவு கண் விழித்து வேலை செய்யும் வயதே இல்லை. அறுபது வயதிற்கு மேல் இருக்கலாம். இவர் புத்தகங்கள் படிக்கக் கூடியவர். கவிதைகள், சிறுகதைகள் எழுதக்கூடியவர். அவர் பேரில் அக்கறையுள்ள நிறைய பேர் இந்தச் சமூகத்தில் இருக்கிறார்கள். எழுத்தாளர்க ளெல்லாம் அவரை மதிக்கிறார்கள் என்பது போன்ற

சுந்தர ராமசாமி

விஷயங்களெல்லாம் அவருக்கு அடுத்த இருக்கையில் உட்கார்ந்து வேலை செய்யும் உதவி ஆசிரியருக்குக்கூடத் தெரியாது. அப்படித்தான் அவர்களுடன் உறவு வைத்துக் கொண்டிருப்பார். இதெல்லாம் எனக்கு மிகவும் ஆச்சரியமாக இருக்கும்.

பின்னால் சென்னைக்குப் போயிருக்கிற சமயத்தில் பிச்சமூர்த்தியின் சங்கடமான பேட்டி மனசை உறுத்த ஆரம்பித்துவிட்டது. இந்தச் சமயத்தில் பழைய எழுத்தாளர்களின் குணங்கள் பற்றியும் அது என்னை எப்படி சங்கடப்படுத்தியது என்பது பற்றியும் சொல்ல வேண்டும். நாகர்கோயிலில் எனக்கு கிருஷ்ணன் நம்பியின் நட்புத் தவிர வேறு நட்பு இல்லாததினால் பல சமயங்களில் நானும் நம்பியும் சேர்ந்தே சென்னை போவோம். சில சமயம் நான் தனியாகப் போவேன்.

நம்பி தனியாகச் சென்னை போனதில்லை. வேலை கிடைக்கும் காலம்வரையும் அவன் சென்னையில் தங்கியிருந்தது இல்லை. அப்பொழுது நான் இரண்டு மூன்று மாதங்களுக்கு ஒருமுறை கட்டாயமாக அங்கு போய் எழுத்தாளர்களைப் பார்த்துப் பேசிவிட்டு வருவேன். அவர்களிடம் பேசுவதில் நிறைய விஷயங்கள் சந்தோஷத்தைத் தரும். நான் திரும்பி ரயிலில் வரும் சமயத்தில் ரொம்ப துக்கமாக இருக்கும். இனிமே இவர்களைப் பார்க்கவே வர வேண்டாம், ஊரிலேயே இருப்போம் என்றெல்லாம் தோன்றும்.

நாம் யாரோடு நெருக்கமாகப் பழகுகிறோமோ யாரை உயர்வாக நினைக்கிறோமோ அந்த ஆளைப் பற்றி ஒரு செய்தியை இன்னொரு எழுத்தாளர் சொல்கிற சமயத்தில் மிகவும் துக்கமாக இருக்கும். விஷ ஊசி வைத்துக் கொல்வதுபோல் இருக்கும். இப்போ நீங்கள் காப்பி குடித்தீர்களே, அது விஷம், போகப்போகத்தான் அது ரத்தத்தில் கலந்துவிடும் என்று சொன்னால் அந்த ஆள் பேரில் எவ்வளவு சங்கடம் ஏற்படும்!

ந. பிச்சமூர்த்தி

அவர்களைப் போய்ப் பார்த்துப் பழகுகிற சமயத்தில்தான் என் வாழ்க்கை சம்பந்தமாகப் பலவித முடிவுகள் எடுத்திருக்கிறேன். பிச்சமூர்த்தி சம்பந்தமாகப் பல முடிவுகள் என் மனதில் வந்திருக்கிறது. அவருடைய தனிப்பட்ட வாழ்க்கையைப் பற்றி நாம் பேசவேண்டிய அவசியமே இல்லை; பேசினோம் என்றால் அந்த நிமிஷத்தின் பலகீனத்தினால்தான் பேசுகிறோமே தவிர அதிலொரு சுவாரசியத்தினாலேயோ வலுவினாலேயோ பேசவில்லை என்பதை அந்த நிமிஷத்தில் உணர்கிறோம். அப்பொழுது அந்த விஷயங்களெல்லாம் இயற்கையாகவே நம்மிடமிருந்து விலகிப்போய்விடும் என்கிற முடிவுக்கெல்லாம் இருபத்து மூன்று வயதுக்குள்ளாகவே வந்துவிட்டேன். பின்னால் நான் கடைப்பிடித்த எல்லா மதிப்பீடுகளும் ஏதோ ரூபத்தில் அப்பொழுதே வந்துவிட்டது என்றுதான் நினைக்கிறேன்.

அதற்குப் பல காரணங்களிருக்கிறது. அவர்களுடைய லட்சியவாதம் என்னைக் கவர்ந்திருக்கிறது. அவர்களுக்கு லௌகீக வாழ்க்கையில் அக்கறையே கிடையாது. எல்லா எழுத்தாளர்களிடமும் உள்ள பொதுவான குணம் இது. அதனால் நமக்கு என்ன பின்விளைவுகள் வரும், இதனால் சமூகத்தில் நமக்குக் கெட்ட பெயர் வருமே என்பது பற்றியெல்லாம் யோசனையே கிடையாது. இது போன்ற விஷயங்கள் என்னை மிகவும் கவர்ந்திருக்கின்றன.

பிச்சமூர்த்தி மனநிலை பிசகி வெகுநாட்கள் வீட்டிலிருந்தார். அவரைச் சங்கிலியால் கட்டிப் போட்டிருந்தார்கள் என்ற செய்தியை க.நா.சு. சொன்னார். இந்தச் செய்தி பெரிய உலக்கையால் என் மண்டையில் போடுகிறமாதிரி தோன்றியது. இந்த மாதிரி விஷயத்தை என்னால் அவரோடு பொருத்திப் பார்க்கவே முடியவில்லை, எல்லா மனிதனுக்கும் மனநிலை பிசகலாம் என்பது விஞ்ஞானபூர்வமாகச் சரியானாலும்கூட. ஜலதோஷம் மாதிரி, வைரஸ் காய்ச்சல் மாதிரித்தான் என்று டாக்டரெல்லாம் சொல்கிறார்கள். ஆனால் அந்த வயதில்

தாங்கிக்கொள்ள முடியாத செய்தியாகத்தான் இருந்தது. இந்த விஷயத்தை உறைத்துப்பார்க்க வேண்டுமென்று தோன்றியது. அவரிடமே கேட்டுவிடுவோம் என்றிருந்தேன். ஒரு தடவை அது நடந்தது.

பிச்சமூர்த்தியிடம் 'சார் உங்களுக்கு உடல்நிலை சரியில்லாமல் இருந்ததா' என்று கேட்டேன். 'உடம்பு சரியில்லாமல் ஒன்றுமில்லை. பைத்தியம் பிடித்துவிட்டது. அப்பொழுது என்ன நடந்தது என்பது எனக்குத் தெரியுமா? சங்கிலியால் கட்டிப் போட்டிருந்தது என்று சொல்கிறார்கள். அடித்திருக்கிறார்களாம். எனக்கு ஒன்றுமே தெரியலையே? நான் சந்தோஷமாகத்தான் இருந்தேன்.' யாரோ ஒரு ஆள் இந்தக் கேள்வியைக் கேட்டால் அந்த நிமிஷம் அந்தப் பதிலைத்தான் அவரால் சொல்ல முடியும். கேள்வி கேட்கவில்லையானால் ஐம்பது வருஷம் பழகியிருந்தாலும் இயற்கையாக இந்த விஷயத்தைச் சொல்லியிருக்க மாட்டார்.

அவருக்கு தேவசம் அலுவலகத்தில் வேலை கிடைத்தது. சட்டம் படித்திருக்கிறார். கோர்ட்டில் போய்க் கொஞ்ச நாட்கள் பிராக்டீஸ் பண்ணியிருக்கிறார். ஆனால் அந்த வேலை அவருக்கு ஒத்துவரவில்லை. அவரால் இந்த வக்கீல் வேலையொன்றும் பண்ணமுடியவில்லை என்பது நியாயமான விஷயம். கோவில் வேலை அவருக்குப் பொருத்தமானது. கோவிலுக்குள் போகவும் மாட்டார். கோவிலுக்கு வெளியில் இருக்கும் திண்ணையில் உட்கார்ந்து கொஞ்சம் நிர்வாகமெல்லாம் பண்ணுவார். 'இந்த வேலைக்கு நீங்க ஏன் சார் போனீங்க' அப்படின்னு கேட்டேன். 'சாப்பிட வேண்டாமா? எங்கிட்ட ஒண்ணுமேயில்லையே! எனக்கு வேறு வேலையெதுவும் செய்யத் தெரியாதே' என்றார்.

எப்பொழுது கேட்டாலும் மேற்கொண்டு பேச வேண்டிய அவசியமே இருக்காது. அவ்வளவு வெளிப்படையாகச் சொல்லுவார். அவரிடம் கேட்டுத்தான் அவருடைய சகவாசக்காரர்களையெல்லாம் தெரிந்துகொண்டேன். 'நீங்கள் ஒளிந்துதான் வாழ்ந்துகொண்டிருக்கிறீர்களா,

வெளிப்படையாக வாழ்ந்துகொண்டிருக்கிறீர்களா என்று கேட்டேன். 'நான் ஒளிந்து ஒன்றும் வாழவில்லை.' 'உங்கள் நடமாட்டம் யாருக்குமே வெளிப்படையாகத் தெரியவில்லையே. தினம் எழுத்தாளர்கள் கடற்கரையில் கூடிப் பேசுகிறார்கள். நீங்கள் போகிறமாதிரித் தெரிய வில்லையே. ஆனால் வெளியில் எங்கேயோ போகிற மாதிரியும் தெரிகிறது. எங்கே போகிறீர்கள்?,'சில சமயங்களில் பார்பர் ஷாப்பில் போய் ரண்டு மணிநேரம்வரை உட்கார்ந்திருப்பேன். பழக்கமானவன் என்பதால் ஒன்றும் சொல்லமாட்டான்.' ஓட்டல் சமையல் கட்டில் வேலை செய்யும் ஓர் அம்மா. அவளிடம் சௌக்கியமாயிருக்கியா என்று கேட்பார். நல்லாயிருக்கேன் சாமி என்பாள். சாப்பிட்டுவிட்டு போகாமல் ஒருவர் இப்படி விசாரிப்பது அவளுக்கு ஆச்சரியம் தாங்காது. அவளுக்கு அவரிடம் நல்ல பழக்கம் ஏற்படும். இதைத்தான் அவர் வாழ்நாள் முழுக்க செய்தார். இந்த நிகழ்ச்சியை ஏன் சொல்கிறேனென்றால் அவருடைய 'காவல்' என்கிற கதையில் ஓட்டலில் இளம் விதவை வேலை செய்கிறாள். அவளிடம் பல ஆட்கள் தூண்டில் போடுகிறார்கள். நாளடைவில் அவளுக்கும் பாதுகாப்பில்லாமலிருக்கிறோம், துணை தேவைதான் என்று தோன்றுகிறது. அனேகம் பேர் அவளிடம் பேசுவதை அவளுடைய பையன் கவனித்துக் கோபத்துடன் தடை செய்கிறான்.

தெள்ளத்தெளிவாக இந்தப் பயல் நம்மைக் கண்காணிக்கிறான். அதுதான் அந்தக் கதைக்குத் தலைப்பே 'காவல்'. நாம் ஏதாவது பண்ணினோமென்றால் இந்தப் பயல் வீட்டைவிட்டு ஓடிப்போய்விடுவான் என்கிற பயம் வந்துவிட்டது. எப்படி பிரச்சனையைத் தீர்ப்பது என்று யோசிக்கிறாள். போகப்போக இந்தப் பயல் என்னுடைய குழந்தையானாலும் என்னுடைய கணவன் ஸ்தானத்தில்தான் இருக்கிறான். என் கணவர் இருந்தால் இந்த விஷயங்களையெல்லாம் செய்ய விடுவாரா?

அவருக்குப் பார்த்தவுடனே இந்த விஷயம் பிடிக்காதே. அதே நிலைமையில்தான் இந்தப் பயல் இருக்கிறான் என்கிற எண்ணம் வருகிறது. இந்த இடத்தில் கதையை முடித்துவிடுவார்.

இந்தப் பையன் பையனாகவும் இருக்கிறான் தகப்பனாகவும் இருக்கிறான் என்பது பெரிய மனோதத்துவ உண்மை. ஃப்ராய்டெல்லாம் இது பற்றி விரிவாகப் பேசுகிறார்.

எப்படி இந்தப் பையன் பையனாகவும் இருக்கிறான், தகப்பனாகவும் மாறுகிறான், எப்படி அவன் அறியாமலேயே தகப்பனாக மாறுகிறான் என்று நிறைய விஷயங்களைச் சொல்லுகிறார். அந்தப் புத்தகங்களெல்லாம் இவர் படிச்சிருப்பார் என்று நான் நம்பவில்லை. ஆனால் பல விஷயங்களை மிக எளிமையாக இந்தக் கதையில் சொல்லிக் கொண்டு போகிறார். இந்தக் கதை அதற்கு நல்ல உதாரணம். நிறையப் பேர் இந்தக் கதையைக் கவனிக்கவில்லை. எங்கேயோ எல்லாருங்கூடி நல்ல கதை எழுதியிருக்க மாட்டார் என்று தீர்மானித்த மாதிரி அவர் புறக்கணிக்கப் பட்டார். அது ஆச்சரியப்படுவதற்கே இல்லை. சமூகம் புறக்கணிப்பதற்கான எல்லாத் தகுதியும் அவர் கொண்டிருந்தார்.

அவருடைய கவிதைகள் பற்றிய என் அபிப்பிராயங்கள் இறங்கினாலுங்கூட அவர் சிறுகதைபற்றிய அபிப்பிராயங்கள் குறையவில்லை. சமீபத்தில் அவருடைய தொகுப்பு படித்தேன். எல்லாக் கதைகளும் அற்புதமாக இருக்கிற தென்று சொல்லமாட்டேன். அப்படி ஒரு படைப்பாளியும் கிடையாது. தொடர்ந்து எழுதிக்கொண்டிருப்பவனுக்குப் பத்துக் கதைகள் எழுதினால் ஒரு கதை நன்றாக அமையும். அவருடைய தொகுப்பை நல்ல முன்னுரையுடன் கொண்டு வந்தோமென்றால் நிறையப் பேர் அதைப் படிப்பதற்கான வாய்ப்புகள் இருக்கிறது என்று நினைக்கிறேன்.

ந. பிச்சமூர்த்தி

குறிக்கோளான வாழ்க்கை மீது அவர் மதிப்பு வைத்திருந்தார். எழுத்துக்கும் வாழ்க்கைமுறைக்கும் இடைவெளி இல்லை. வாழ்க்கை மேலே பார்த்துப் போகிற யாத்திரை. எழுத்தில் ரிசர்வ்டாக இருக்கவேண்டுமென்று சொன்னீர்கள். அதே சமயத்தில் வளைந்து கொடுக்கும் மனப்பான்மையும் இருக்கிறது. வளைந்து கொடுக்கும் மனப்பான்மைக்கும் குறிக்கோளான வாழ்க்கைக்கும் முரண்பாடு இருக்கிற மாதிரி இருக்கிறது. இது எப்படிச் சாத்தியம்?

அவரைப் பொறுத்தவரை அந்த முரண்பாடு இருக்கிற தென்று நான் நினைக்கவில்லை. நான் வாழ்க்கையில் ஒரு சிகரெட்கூட பிடித்தது இல்லை, குடித்தது இல்லை என்று சொல்வதெல்லாம் கௌரவமான வாக்கியமேயில்லை என்பது இந்த ஆட்களுடைய பழக்க வழக்கங்கள் மூலம் அவருக்கு நன்கு தெரிகிறது. அவர் வெளியில் பல புத்திசாலிகளைப் பார்த்திருந்தாலும் அதற்கு இணையான புத்திசாலிகள்தான் இவர்கள். இவர்களுக்கு ஆங்கிலம் தெரியாமல் இருக்கலாம். சொல்லப்போனால் இவர்களைச் சந்தித்துப் பேசுவது மூலம்தான் வாழ்க்கையைக் கற்றுக் கொண்டிருக்கிறோம் என்கிற விஷயங்களே அவருக்குத் தெரிகிறது. அதனால் இந்த விஷயத்தில் இறுக்கமாக இருக்க வேண்டாம். அதே பிச்சமூர்த்தி நான் தொடர்ந்து சிகரட் குடித்தால் உடம்புக்காகாதே, விட்டுவிடு என்றுதான் சொல்லுவார். அதனால் இதில் முரண்பாடு இல்லை.

அப்படி சில ஆட்கள் இருக்கிறார்கள். அதில் எனக்கு முரண்பாடு தெரியவில்லை. பழமையான ஆளே இல்லை அவர். புதுமையான ஆள்தான். பழமைவாதிகளிடம் என்னவெல்லாம் ஆசார, அனுஷ்டானங்கள் உண்டு. அவர் ஒன்றையும் கடைப்பிடித்தது இல்லை. அவருடைய மதிப்பீட்டுமுறை முற்றிலும் வித்தியாசமாக இருந்ததினால் தான் என் மாதிரி வந்த இளைஞர்களுடன் நெருக்கமாகப் பேச முடிகிறது. பல சமயங்களில் வயதானவர்களைச் சந்திக்கும்போது உள்ளதிலேயே எனக்குக் கஷ்டமாகத்

தோன்றுவது இவன் சின்னப் பையன், நான் அனுபவமுள்ள வயதானவன்; அவனுக்கு விஷயங்களை எளிமைப் படுத்தி சொன்னால்தான் புரியும் என்கிற எண்ணமெல்லாம் அவர்கள் மனசில் இருக்குமோ என்று எனக்குத் தோன்றும். இதில் இருக்கிற வருத்தந்தான் நமக்கு வயசானாலும் மற்ற இளைஞர்களை நம்முடைய நண்பர்களாக நடத்த வேண்டும் என்கிற எண்ணம் உருவாயிற்று என்று நினைக்கிறேன். எங்கள் குடும்பத்து ஆட்கள் எல்லாருமே வயது குறைந்தவர்களிடம் பேசவே மாட்டார்கள். அந்தப் பையன் நின்றுகொண்டிருப்பான். இரண்டு கேள்விகள் கேட்டு அனுப்பிவைத்துவிடுவார்கள். அவர்களுக்குச் சமமான வயதானவர்களுடன் பேசுவார்கள். என்ன காரணத்தினாலேயோ பிச்சமூர்த்தி பழமையான ஆள் என்கிற எண்ணத்தை ஏற்படுத்திவிட்டார்.

ஒரு நாள் அவரிடம், ‘காந்திய இயக்கம் இருக்கிறதே அது இந்தியாவில் முக்கியமான விஷயமாக இருக்கிறதா? இல்லை தோல்வியைப் பார்த்துப் போய்க்கொண் டிருக்கிறதா? நீங்கள் என்ன நினைக்கிறீர்கள்? எனக்கு அந்த மாதிரி விஷயங்களில் அக்கறை இருக்கிறது என்பதால் கேட்டேன்.’

‘உலகத்திலேயே நாலைந்து பேர்களிடந்தான் எனக்கு மரியாதை இருக்கிறது. மற்ற ஆட்கள் பற்றிப் பேசிக்கொண்டிருந்தாலும் சும்மா கேட்டுக்கொண் டிருப்பேனே தவிர கேள்வி எதுவும் கேட்கமாட்டேன். எனக்கு மரியாதை இல்லாத ஆளிடம் அவனுக்கு மரியாதையிருக்கலாம். நான் நிறையப் பேரைத் தேடி போய்க்கொண்டிருக்கிறேனே. அது மாதிரி எல்லாரும் தேடிக்கொண்டு போகிறார்களா? எனக்கொரு பைத்தியம். நான் தேடிக்கொண்டு போகிறேன்.

‘அதிலொருவர் காந்தி. இந்தியாவை மாற்றவேண்டு மென்று அவர் நினைத்த கனவு நிறைவேறவில்லை. இரண்டாவது இங்கு ஜனங்கள் அகிம்சையை ஏற்றுக்

கொள்ளவேயில்லை. அகிம்சையை ஜனங்கள் ஏற்றுக் கொள்வார்கள் என்பது வரலாறுக்கும் பரிணாமத்துக்கும் முரண்பட்ட கருத்து. அது நடக்கக்கூடிய விஷயமில்லை. மனிதனிடம் இன்றைக்கும் தீய குணங்கள், கோபதாபங்கள் எல்லாம் இருக்கிறது. நக்ஸலைட் இயக்கம் இந்தியாவில் பெரிய அளவில் பரவினால் எல்லாரும் முதலில் லட்சியவாதிகளாக இருந்து கொஞ்சங்கொஞ்சமாக தேய்ந்துதேய்ந்து சமூகத்தைச் சுரண்டுபவர்களாக மாறிவிடுவார்கள். அதற்கு நமக்கே நிறைய உதாரணங்கள் இருக்கிறது. பழைய ஆட்கள் அப்படி இருந்திருக்கிறார்கள் என்பதற்கு எவ்வளவோ உதாரணங்கள் சொல்லலாம்.

'ஆனால் லட்சியவாதிகள்தான் அந்த மனநிலையை உருவாக்குகிறார்கள். அவர்கள் சமூகத்தைப் பலாத்காரமாக தாக்குகிறார்கள் இல்லையா, அதன் மூலம்தான் மாற்றம் ஏற்படும்' என்றார்.

இதென்ன இவர் இப்படிச் சொல்கிறார் என்று நினைத்துக்கொண்டிருந்தேன். பின்னால் அவருடைய கவிதைகளைப் படித்ததும்தான் அந்தக் கவிதைகளில் அழுத்தமாக இதைச் சொல்கிறார் என்பது தெரிந்தது. நக்ஸலைட்டுகள் என்கிற வார்த்தையைப் பயன்படுத்தி யிருக்கிறாரா என்பது தெரியவில்லை. இப்படி அவரிடம் எதிர்பார்க்காத குணங்கள் இருந்திருக்கிறது.

அவருடைய எழுத்து பற்றி உங்களுடைய அபிப்பிராயத்தைச் சொல்லியிருக்கிறீர்களா?

சொல்லியிருக்கிறேன். இன்னஇன்ன கதைகள் பிடிக்கும். 'பெரிய நாயகி உலா' என்று கதை எழுதி யிருக்கிறார். அதில் கோவிலிலிருந்து அம்மன் வெளியில் வந்து தெருவெல்லாம் சுற்றிப் பார்த்துவிட்டுப் போகிறாள். அடிப்படை என்னவென்றால் பெருமையுடன் தான் சிருஷ்டித்த உலகை சுற்றிப் பார்க்கிறாள் தேவி. தாம் உருவாக்கிய உலகம் நன்றாக இல்லை என்பது அப்பொழுதுதான் அவளுக்குத் தெரிகிறது என்று

முடித்திருப்பார். இது அந்தக் காலகட்டத்து லட்சியவாதிகளின் கரு. 'புதுமைப்பித்தன் இதே போன்று கதை எழுதியிருக்கிறாரே. அதன் பின் நீங்கள் இந்தக் கதை எழுத வேண்டிய அவசியமிருக்கிறதா?' என்று கேட்டதற்கு வருத்தப்படவோ கோபப்படவோ எதுவும் செய்யவில்லை. குருவி கூடு கட்டுவது பற்றி அந்தக் காலகட்டத்தில் அவ்வளவு பேரும் கதை எழுதியிருக்கிறார்கள். குருவியிடம் இவர்கள் அன்புடன் இருப்பதும் ஏதோ காரணத்தினால் அவை இவர்களைவிட்டுப் பறந்துபோவதும் பின் குழந்தைகளும் இவர்களும் வருத்தப்படுவதும் க.நா.சு. முதல் ஒருவர் பாக்கி இல்லாமல் கதை எழுதியிருக்கிறார்கள். இதேபோல் பத்துப் பதினைந்து கரு இவர்களுக்குள் சாதாரணமாக இருந்திருக்கிறது.

இன்னொரு வித்தியாசமான கதை எழுதியிருக்கிறார். தான் விரும்பும் பெண்ணை அடைய நினைக்கிறான் அவன். அதற்கு அவள் இடம் கொடுக்காமல் கவனமாக இருக்கிறாள். அவனுடைய வீட்டிற்கு வர வேண்டிய நிர்ப்பந்தமும் அவளுக்கு இருந்துகொண்டிருந்தது. முடிவில் அவன் அவளை அடைய முற்பட்டபோது தப்பிப் போய்விடுகிறாள் என்று முடித்திருப்பார். 'நீங்கள் இப்படி முடித்திருக்கிறீர்கள். புதுமைப்பித்தன் கதையில் கல்யாணி கணவன் இருக்கும்போது சர்மாவை விரும்புகிறாள். சர்மா ஊரிலேயே இருக்கட்டுமென்றும் நினைக்கிறாள். அதுதான் எனக்கு இயற்கையாகத் தெரிகிறதே தவிர இவள் கற்பைக் காப்பாற்றிக் கொண்டு ஓடுகிறாள் என்பது இயற்கையாகத் தெரியவில்லை' என்றேன். 'அவன் மனிதர்கள் வாழ்க்கையில் எப்படி இருக்கிறார்கள் என்று எழுதுகிறான். நான் எந்த மாதிரி இருக்கவேண்டும் என்று சொல்லுகிறேன்' என்றார்.

கவிதை பற்றி அவர் பேசக்கூடிய பக்கங்கள் பார்த்தால், ஐந்தாறு பக்கங்கள்தான் இருக்கும். பக்கம்பக்கமாக ஆட்கள் புதுக்கவிதை பற்றி எழுதியிருக்கிறார்கள். அதொன்றும் பொருட்படுத்தும்படி இல்லை. க.நா.சு. புதுக் கவிதை பற்றி எழுதிய இரண்டு மூன்று கட்டுரைகள்தான் அடிப்படையை

உருவாக்குகிற மாதிரி இருக்கிறது. இந்த மாதிரி அவர் எதைப் பற்றிப் பேசினாலும் சட்டென்று அடிப்படைக்குப் போய்விடுவார்.

சக எழுத்தாளர்கள் பற்றி அவருடைய அபிப்பிராயம், மதிப்பு என்ன?

அவருக்கு உள்ளூர மதிப்பு இல்லை என்றுதான் தோன்றுகிறது.

முக்கியமாக அவர் என்ன பார்க்கிறார், என்ன எழுதுகிறார் என்பது முக்கியமில்லை. ஒருத்தனுக்கு நன்றாக எழுத வரும். சிலருக்கு நன்றாக எழுத வராது. மொழியில் சிலருக்குத் திறமை இருக்கும். சிலருக்கு அந்த அளவுக்கு இருக்காது. இதெல்லாம் சாதாரண விஷயந்தான். எழுத்தை விட்டுவிட்டு வேறு துறைகளுக்குப் போனாலும் இதே விஷயம் இருக்கிறது. ஒருவர் பிரமாதமாக சமைக்கிறார். சிலர் சமையல் அவ்வளவு ருசியாக இருக்காது. இந்த மாதிரி பல உதாரணங்கள் சொல்லியிருக்கிறார். ஒரே மாதிரி முடிவெட்டுகிற பார்பரே கிடையாது. சிலர் முடி வெட்டினால் நன்றாகத் தூக்கம் வரும். இன்னொரு ஆள் வெட்டினால் கழுத்திலோ முகத்திலோ கத்திரி பட்டுவிடுமோ என்று பயந்துகொண்டே விழித்துக்கொண்டிருப்போம். இதற்கெல்லாம் என்ன காரணம்? அப்பாவுடைய பயிற்சிதான் பையனுக்கும். கடைக்குள் நுழையும்போதே அப்பா இருக்கிறாரா என்று பார்த்துக்கொண்டுதான் நுழைகிறோம். அவர் இல்லையானால் ஒரு சுற்று சுற்றிவிட்டு வந்து, வந்துவிட்டாரா என்று எட்டிப்பார்க்கிறோம். இந்த மாதிரி எல்லாவற்றைப் பற்றியும் அவருக்கு அபிப்பிராயம் இருக்கிறது. அந்த அபிப்பிராயத்தைப் பார்க்கிற சமயத்தில் ஒருவர் பிரமாதமாக நாவல் எழுதியிருக்கிறார் என்பது அவருக்கு முக்கியமான விஷயம் இல்லை. செல்லப்பாவைத்தான் அவருக்கு உள்ளூர ஓரளவுக்குப் பிடிக்கிறது. அவர் லட்சியவாதி. லட்சியவாதியாக இருப்பதற்கான முயற்சியைத் தொடர்ந்து கடைப்பிடிக்கிறார். வெற்றியா தோல்வியா என்பது வேறு

விஷயம். ஓயாமல் அந்த அக்கறை இருக்கிறது. க.நா.சு.வுக்கு அந்த லட்சியவாதம் இருந்தாலும் சமய சந்தர்ப்பத்தோடு சேர்ந்து போகக்கூடியவர். இதெல்லாம் வெளிப்படையாக அவர் சொன்னது கிடையாது. ஒருவருடைய கேரக்டரைப் பற்றிப் பேசவே மாட்டார். காநசுவுடைய அந்தக் கதை படித்தேன். ‘செம்பு’ன்னு ஒரு கதை. கலைமகளில் எழுதியிருக்கார். செம்புதான் தலைப்பு என்று நினைக்கிறேன். கோர்வையில்லாமல் மரபுகளை உடைத்து வெவ்வேறு இடங்களில் நடக்கிற விஷயங்களைச் சொல்கிற மாதிரி எழுதியிருக்கிறார்.

அந்தக் கதையை நன்றாக எழுதியிருக்கிறான் என்று சொன்னார்.

எழுத்து முக்கியமில்லை அப்படின்னு . . .

எழுத்து முக்கியந்தான். அதைவிட வாழ்க்கையை எந்த மாதிரி வாழ்ந்துகொண்டிருக்கிறான்? அதுதான் முக்கியம். நான் அவரிடம் ‘நீங்க சொல்கிற ஆட்களில் சிலர் திருடுவாங்க. பலர் விபசாரம் பண்ணுவாங்க. அநேகர் கஞ்சா அடிப்பாங்க. அவன் பிழைப்பே பொய் சொல்கிறதாக இருக்கிறது. இந்த மாதிரி ஆட்களுடன் சகவாசம் வைத்துக்கொண்டு, இந்த மாதிரி பண்ணாமல் இருப்பதுதான் உயர்வான காரியங்கள் என்று நீங்கள் சொல்வதில் முரண்பாடிருக்கிறதே’ என்று கேட்டேன்.

“அப்படிப்பட்ட எண்ணமே அவர்களுக்குக் கிடையாது. அதெல்லாம் நாம் கற்பனை செய்துகொள்வது. நாம் சரியான காரியத்தைத்தான் செய்துகொண்டிருக்கிறோம் என்றுதான் அவர்கள் ஆத்மார்த்தமாக நம்புகிறார்கள். உன் மனசில்தான் விபசாரம் இழிவாக இருக்கிறது. அவங்களுக்கு அது இழிவான காரியம் இல்லை. அவர்களின் நம்பிக்கைப்படிதான் அவர்கள் செயல்பட்டுக் கொண்டிருக்கிறார்கள். எல்லாருக்குமே ஆழ்ந்த பலமும் அதற்கான கதைகள், புராணங்கள், வியாக்கியானங்கள் எல்லாம் அவர்கள் கையில் இருக்கிறது.

"அவர்கள் அந்த மரபில் வந்து அதற்கான காரியங்களைச் செய்துகொண்டிருக்கிறார்கள். திருடர்களில் கெட்டிக்காரத் திருடன் இருக்கானே, அவனைத்தான் அவர்கள் மதிப்பார்கள். சின்னத் திருட்டைச் செய்துவிட்டு அகப்பட்டுக் கொள்கிறவன் அசடுதான் – அவர்களைப் பொறுத்தவரையில்.

இப்படியான அளவுகோல்கள் அவர்களுக்கு இருக்கிறது. அவர்கள் உள்ளும்புறமும் முரண்பாடில்லாமல், கொஞ்சங்கூட இரட்டை முகம் இல்லாமல் வேடதாரியாக இல்லாமல், பார்த்தவுடனேயே அவன் பலத்தையும் பலவீனத்தையும் புரிந்துகொள்ளலாம். அப்படி வெளிப்படையாக இருக்காங்க. நம்ம ஆட்கள் அவர்கள் பலவீனத்தை மறைத்துக்கொண்டு வேஷம் போடுவாங்க. வேஷம் போட்டாலும் கொஞ்ச நாட்களில் வெளிப்பட்டுவிடும். அவன் வாழ்க்கையை எப்படி எதிர்கொள்கிறான், நெருக்கடியை எப்படி எதிர் கொள்கிறான் என்பதெல்லாம் வெளிப்பட்டுவிடும். பிச்சமூர்த்தி பேர்களைப் பயன்படுத்த மாட்டாரேயொழிய சென்னையின் இலக்கியச் சூழல் பற்றி அவருக்குப் பிடிப்பு இருக்கிறது. அவர் திட்டவட்டமாகத்தான் இந்தக் கூட்டங்களுக்கு போகவேண்டாம். இதெல்லாம் முக்கியமான விஷயமேயில்லை. பேரறிவு என்பது வெளியில் கொட்டிக்கிடக்கிறது. குருவியைப் பார்த்துக்கொண்டு நிற்பது பேரின்பம். கடலைப் பார்த்துக்கொண்டு நிற்பது இதெல்லாந்தான் பெரிய விஷயம். எறும்பிடமிருந்து கற்றுக்கொள்ள வேண்டியது எவ்வளவோ இருக்கிறது. எறும்பு மாதிரி புத்திசாலியான ஜீவனே இல்லை. எறும்பு பற்றிய நிறைய புத்தகங்களெல்லாம் அவர் படித்ததே கிடையாது. இப்பொழுது உண்மையாகவே சயன்ஸ் அந்த மாதிரி முடிவுக்கெல்லாம் வந்துவிட்டது. ஆனால் அவர் ஆழ்ந்த பார்வையினாலேயே சயன்ஸ் நிரூபித்திருக்கக்கூடிய பல இடங்களை நெருங்கி வந்திருக்கிறார். அதுதான் முக்கியமான விஷயம். கடற்கரையில் மணிக்கொடி எழுத்தாளர்களுக்கென்று உறுதிப்பட்ட இடமிருக்கிறது.

சுந்தர ராமசாமி

முடித்திருப்பார். இது அந்தக் காலகட்டத்து லட்சியவாதி களின் கரு. 'புதுமைப்பித்தன் இதே போன்று கதை எழுதியிருக்கிறாரே. அதன் பின் நீங்கள் இந்தக் கதை எழுத வேண்டிய அவசியமிருக்கிறதா?' என்று கேட்டதற்கு வருத்தப்படவோ கோபப்படவோ எதுவும் செய்யவில்லை. குருவி கூடு கட்டுவது பற்றி அந்தக் காலகட்டத்தில் அவ்வளவு பேரும் கதை எழுதியிருக்கிறார்கள். குருவியிடம் இவர்கள் அன்புடன் இருப்பதும் ஏதோ காரணத்தினால் அவை இவர்களைவிட்டுப் பறந்துபோவதும் பின் குழந்தைகளும் இவர்களும் வருத்தப்படுவதும் க.நா.சு. முதல் ஒருவர் பாக்கி இல்லாமல் கதை எழுதியிருக்கிறார்கள். இதேபோல் பத்துப் பதினைந்து கரு இவர்களுக்குள் சாதாரணமாக இருந்திருக்கிறது.

இன்னொரு வித்தியாசமான கதை எழுதியிருக்கிறார். தான் விரும்பும் பெண்ணை அடைய நினைக்கிறான் அவன். அதற்கு அவள் இடம் கொடுக்காமல் கவனமாக இருக்கிறாள். அவனுடைய வீட்டிற்கு வர வேண்டிய நிர்ப்பந்தமும் அவளுக்கு இருந்துகொண்டிருந்தது. முடிவில் அவன் அவளை அடைய முற்பட்டபோது தப்பிப் போய்விடுகிறாள் என்று முடித்திருப்பார். 'நீங்கள் இப்படி முடித்திருக்கிறீர்கள். புதுமைப்பித்தன் கதையில் கல்யாணி கணவன் இருக்கும்போது சர்மாவை விரும்புகிறாள். சர்மா ஊரிலேயே இருக்கட்டுமென்றும் நினைக்கிறாள். அதுதான் எனக்கு இயற்கையாகத் தெரிகிறதே தவிர இவள் கற்பைக் காப்பாற்றிக் கொண்டு ஓடுகிறாள் என்பது இயற்கையாகத் தெரியவில்லை' என்றேன். 'அவன் மனிதர்கள் வாழ்க்கையில் எப்படி இருக்கிறார்கள் என்று எழுதுகிறான். நான் எந்த மாதிரி இருக்கவேண்டும் என்று சொல்லுகிறேன்' என்றார்.

கவிதை பற்றி அவர் பேசக்கூடிய பக்கங்கள் பார்த்தால், ஐந்தாறு பக்கங்கள்தான் இருக்கும். பக்கம்பக்கமாக ஆட்கள் புதுக்கவிதை பற்றி எழுதியிருக்கிறார்கள். அதொன்றும் பொருட்படுத்தும்படி இல்லை. க.நா.சு. புதுக் கவிதை பற்றி எழுதிய இரண்டு மூன்று கட்டுரைகள்தான் அடிப்படையை

உருவாக்குகிற மாதிரி இருக்கிறது. இந்த மாதிரி அவர் எதைப் பற்றிப் பேசினாலும் சட்டென்று அடிப்படைக்குப் போய்விடுவார்.

சக எழுத்தாளர்கள் பற்றி அவருடைய அபிப்பிராயம், மதிப்பு என்ன?

அவருக்கு உள்ளூர மதிப்பு இல்லை என்றுதான் தோன்றுகிறது.

முக்கியமாக அவர் என்ன பார்க்கிறார், என்ன எழுதுகிறார் என்பது முக்கியமில்லை. ஒருத்தனுக்கு நன்றாக எழுத வரும். சிலருக்கு நன்றாக எழுத வராது. மொழியில் சிலருக்குத் திறமை இருக்கும். சிலருக்கு அந்த அளவுக்கு இருக்காது. இதெல்லாம் சாதாரண விஷயந்தான். எழுத்தை விட்டுவிட்டு வேறு துறைகளுக்குப் போனாலும் இதே விஷயம் இருக்கிறது. ஒருவர் பிரமாதமாக சமைக்கிறார். சிலர் சமையல் அவ்வளவு ருசியாக இருக்காது. இந்த மாதிரி பல உதாரணங்கள் சொல்லியிருக்கிறார். ஒரே மாதிரி முடிவெட்டுகிற பார்பரே கிடையாது. சிலர் முடி வெட்டினால் நன்றாகத் தூக்கம் வரும். இன்னொரு ஆள் வெட்டினால் கழுத்திலோ முகத்திலோ கத்திரி பட்டுவிடுமோ என்று பயந்துகொண்டே விழித்துக்கொண்டிருப்போம். இதற்கெல்லாம் என்ன காரணம்? அப்பாவுடைய பயிற்சிதான் பையனுக்கும். கடைக்குள் நுழையும்போதே அப்பா இருக்கிறாரா என்று பார்த்துக்கொண்டுதான் நுழைகிறோம். அவர் இல்லையானால் ஒரு சுற்று சுற்றிவிட்டு வந்து, வந்துவிட்டாரா என்று எட்டிப்பார்க்கிறோம். இந்த மாதிரி எல்லாவற்றைப் பற்றியும் அவருக்கு அபிப்பிராயம் இருக்கிறது. அந்த அபிப்பிராயத்தைப் பார்க்கிற சமயத்தில் ஒருவர் பிரமாதமாக நாவல் எழுதியிருக்கிறார் என்பது அவருக்கு முக்கியமான விஷயம் இல்லை. செல்லப்பாவைத்தான் அவருக்கு உள்ளூர ஓரளவுக்குப் பிடிக்கிறது. அவர் லட்சியவாதி. லட்சியவாதியாக இருப்பதற்கான முயற்சியைத் தொடர்ந்து கடைப்பிடிக்கிறார். வெற்றியா தோல்வியா என்பது வேறு

விஷயம். ஓயாமல் அந்த அக்கறை இருக்கிறது. க.நா.சு.வுக்கு அந்த லட்சியவாதம் இருந்தாலும் சமய சந்தர்ப்பத்தோடு சேர்ந்து போகக்கூடியவர். இதெல்லாம் வெளிப்படையாக அவர் சொன்னது கிடையாது. ஒருவருடைய கேரக்டரைப் பற்றிப் பேசவே மாட்டார். காநசுவுடைய அந்தக் க்தை படித்தேன். 'செம்பு'ன்னு ஒரு கதை. கலைமகளில் எழுதியிருக்கார். செம்புதான் தலைப்பு என்று நினைக்கிறேன். கோர்வையில்லாமல் மரபுகளை உடைத்து வெவ்வேறு இடங்களில் நடக்கிற விஷயங்களைச் சொல்கிற மாதிரி எழுதியிருக்கிறார்.

அந்தக் கதையை நன்றாக எழுதியிருக்கிறான் என்று சொன்னார்.

எழுத்து முக்கியமில்லை அப்படின்னு . . .

எழுத்து முக்கியந்தான். அதைவிட வாழ்க்கையை எந்த மாதிரி வாழ்ந்துகொண்டிருக்கிறான்? அதுதான் முக்கியம். நான் அவரிடம் 'நீங்க சொல்கிற ஆட்களில் சிலர் திருடுவாங்க. பலர் விபசாரம் பண்ணுவாங்க. அநேகர் கஞ்சா அடிப்பாங்க. அவன் பிழைப்பே பொய் சொல்கிறதாக இருக்கிறது. இந்த மாதிரி ஆட்களுடன் சகவாசம் வைத்துக்கொண்டு, இந்த மாதிரி பண்ணாமல் இருப்பதுதான் உயர்வான காரியங்கள் என்று நீங்கள் சொல்வதில் முரண்பாடிருக்கிறதே' என்று கேட்டேன்.

"அப்படிப்பட்ட எண்ணமே அவர்களுக்குக் கிடையாது. அதெல்லாம் நாம் கற்பனை செய்துகொள்வது. நாம் சரியான காரியத்தைத்தான் செய்துகொண்டிருக்கிறோம் என்றுதான் அவர்கள் ஆத்மார்த்தமாக நம்புகிறார்கள். உன் மனசில்தான் விபசாரம் இழிவாக இருக்கிறது. அவங்களுக்கு அது இழிவான காரியம் இல்லை. அவர்களின் நம்பிக்கைப்படிதான் அவர்கள் செயல்பட்டுக் கொண்டிருக்கிறார்கள். எல்லாருக்குமே ஆழ்ந்த பலமும் அதற்கான கதைகள், புராணங்கள், வியாக்கியானங்கள் எல்லாம் அவர்கள் கையில் இருக்கிறது.

“அவர்கள் அந்த மரபில் வந்து அதற்கான காரியங்களைச் செய்துகொண்டிருக்கிறார்கள். திருடர்களில் கெட்டிக்காரத் திருடன் இருக்கானே, அவனைத்தான் அவர்கள் மதிப்பார்கள். சின்னத் திருட்டைச் செய்துவிட்டு அகப்பட்டுக் கொள்கிறவன் அசடுதான் – அவர்களைப் பொறுத்தவரையில்.

இப்படியான அளவுகோல்கள் அவர்களுக்கு இருக்கிறது. அவர்கள் உள்ளும்புறமும் முரண்பாடில்லாமல், கொஞ்சங்கூட இரட்டை முகம் இல்லாமல் வேடதாரியாக இல்லாமல், பார்த்தவுடனேயே அவன் பலத்தையும் பலவீனத்தையும் புரிந்துகொள்ளலாம். அப்படி வெளிப்படையாக இருக்காங்க. நம்ம ஆட்கள் அவர்கள் பலவீனத்தை மறைத்துக்கொண்டு வேஷம் போடுவாங்க. வேஷம் போட்டாலும் கொஞ்ச நாட்களில் வெளிப்பட்டுவிடும். அவன் வாழ்க்கையை எப்படி எதிர்கொள்கிறான், நெருக்கடியை எப்படி எதிர் கொள்கிறான் என்பதெல்லாம் வெளிப்பட்டுவிடும். பிச்சமூர்த்தி பேர்களைப் பயன்படுத்த மாட்டாரேயொழிய சென்னையின் இலக்கியச் சூழல் பற்றி அவருக்குப்பிடிப்புஇருக்கிறது. அவர் திட்டவட்டமாகத்தான் இந்தக் கூட்டங்களுக்கு போகவேண்டாம். இதெல்லாம் முக்கியமான விஷயமேயில்லை. பேரறிவு என்பது வெளியில் கொட்டிக்கிடக்கிறது. குருவியைப் பார்த்துக்கொண்டு நிற்பது பேரின்பம். கடலைப் பார்த்துக்கொண்டு நிற்பது இதெல்லாந்தான் பெரிய விஷயம். எறும்பிடமிருந்து கற்றுக்கொள்ள வேண்டியது எவ்வளவோ இருக்கிறது. எறும்பு மாதிரி புத்திசாலியான ஜீவனே இல்லை. எறும்பு பற்றிய நிறைய புத்தகங்களெல்லாம் அவர் படித்ததே கிடையாது. இப்பொழுது உண்மையாகவே சயன்ஸ் அந்த மாதிரி முடிவுக்கெல்லாம் வந்துவிட்டது. ஆனால் அவர் ஆழ்ந்த பார்வையினாலேயே சயன்ஸ் நிரூபித்திருக்கக்கூடிய பல இடங்களை நெருங்கி வந்திருக்கிறார். அதுதான் முக்கியமான விஷயம். கடற்கரையில் மணிக்கொடி எழுத்தாளர்களுக்கென்று உறுதிப்பட்ட இடமிருக்கிறது.

சட்டென்று இரண்டு மூன்று நிமிடங்களுக்குள் ஒன்று சேர்ந்து விடுவார்கள். அவர் அலைவார். அப்படி அலைகிற சமயத்தில் தனிப்பட்ட முறையில உட்கார்ந்திருக்கும் எழுத்தாளர்களின் அருகில் வரும்போது, உட்காரச் சொன்னால் உட்காருவார்; கொஞ்சம் பேசிக்கொண்டிருந்துவிட்டுப் போவார்.

லா.ச.ரா. 'சிந்தா நதி' கட்டுரைத் தொகுப்பில் கடற்கரைக் கூட்டத்தில் பிச்சமூர்த்தி உட்கார்ந்திருப்பார், நான் சின்னப் பையன் ஒதுங்கி இருப்பேன். முன்னால் பிச்சமூர்த்தி, ந. சிதம்பர சுப்ரமணியம் போன்றவர்கள் உட்கார்ந்திருப்பார்கள் என்று அந்த காட்சியை வர்ணிக்கிறாரே...

நான் முழுமையாக மறுக்கவில்லை. அது வழக்கத்தி லில்லை. யதேச்சையாக நடப்பதுதான். அவர் சொல்கிறார். 'நானும் கு.ப. ராஜகோபாலனும் சந்திக்காத நாளே கிடையாது. எங்களுக்கு மாலை நான்கு, ஐந்து மணிக்குமேல் தாங்க முடியாத தவிப்பு உண்டாகிவிடும். இன்று சந்தித்துக்கொள்ளமுடியாமல் போய்விடுமோ என்று. ஏழு மணியோ எட்டு மணியோ சந்தித்து இரண்டு வார்த்தை பேசிக்கொண்டால்தான் இரவு நிம்மதியாகத் தூங்க முடியும்' என்று சொன்னார். குறிப்பிட்ட ஆட்கள் பேரில் ஆழ்ந்த நேசமிருக்கிறது. அவர்களிடம் ஆழ்ந்த உறவு வைத்துக்கொள்ள விரும்புகிறார் என்பது தெரிகிறது. பொதுவாக, கும்பகோணத்துக்காரர்களிடம் நல்ல அபிப்பிராயம்தான். எம்.வி.வி. பற்றி உயர்ந்த அபிப்பிராயம். ஜானகிராமன் கேரக்டரைப் பற்றி உயர்வாகப் பேசியது கிடையாது. ஆனால் தன்னைவிடப் பல மடங்கு திறமையான எழுத்தாளர் என்று சொல்லுவார். இவர்கள் எல்லாருக்குமே அந்த காலக்கட்டத்தில் திருலோக சீதாராம் முக்கியமான ஆளாக இருந்தார். இவருக்கும் உயர்ந்த அபிப்பிராயம்தான். அவன் வாசித்துப் பாரதி கவிதையை கேட்க ஆரம்பித்தீர்களானால் அப்புறம் புத்தகத்தைக் கையால் தொடவே மாட்டீர்கள். அவ்வளவு அற்புதமாகக் கவிதையை வாசிப்பான் என்று சொல்லுவார். கு.ப.ரா.,

எம்.வி.வி., திருலோக சீதாராம் போன்று விரல்விட்டு எண்ணக்கூடிய நாலைந்துபேரிடந்தான் அவருக்குத் தோழமை இருந்தது. கு.ப.ரா.வுக்கு உடல்நிலை சரியில்லாமல் வந்துவிட்டது. ஆகாரம் கொடுக்க வழியில்லை. க்ஷயரோகத்துக்கு அந்தக் காலத்தில் மருந்து கிடையாது. என்னை வைத்து இவர்களுக்கு எந்தப் பிரயோசனமும் கிடையாது. எந்த ஆஸ்பத்திரிக்குக் கூட்டிக்கொண்டு போக வேண்டும் என்பது போன்ற விஷயங்கள் எதுவும் எனக்குத் தெரியாது. இறந்து போய்விட்டான் என்று ஆழ்ந்த வருத்தத்துடன் சொல்வதைப் பார்த்திருக்கிறேன்.

ஒரு முறை, 'ஜெயகாந்தன் கதைகள் படித்திருக்கிறீர்களா' என்று கேட்டேன். நான் எல்லா எழுத்தாளர்களின் பத்துக் கதைகளாவது படித்துவிடுவேன். அப்பப்போ படித்து அவர்கள் பற்றிய எண்ணம் மனதில் வந்துவிடும்.

இவர் பற்றி என்ன அபிப்பிராயம்? முற்போக்குக் கதைகள் எழுதியிருக்கிறாரே. முற்போக்குக் கதைகள் அவருக்கு பிடிக்கும். சோஷியலிஸ்டாக இருப்பது, கம்யூனிஸ்டாக இருப்பது எல்லாமே அவருக்குச் சாதகமான விஷயந்தான். அவர் அந்த மாதிரி இருக்கவில்லையே தவிர, இளைஞர்கள் அந்த மாதிரி போவது இயற்கையான விஷயம் என்று நினைக்கிறார்.

'ஜெயகாந்தன் பற்றி நல்ல அபிப்பிராயம்தான். திறமைசாலி. நீ அவருடைய பின்னணியைக் கொஞ்சம் யோசித்துப் பார்த்தால்தான் அவர் எவ்வளவு திறமைசாலி என்பது தெரியும்' என்றார்.

வாழ்க்கையில் அவர் எந்த இடத்தில் இருந்தார். எந்த இடத்துக்குள் நுழைந்தார். எந்த விதமான விஷயங்களை உருவாக்கினார் என்பதுதான் அவருக்குத் தாக்கத்தை உருவாக்கியிருக்கிறது.

பிச்சமூர்த்தி நிரந்தர வேலையில் இல்லை. க.நா.சு., செல்லப்பா போன்ற இவர்கள் எல்லாருமே நல்ல வேலை, வருமானம்

இல்லாமல் பொருளாதார நெருக்கடியில்தான் இருந்திருக்கிறார்கள். நீங்கள் வசதியான குடும்பத்தில் பிறந்து கஷ்டம் தெரியாமல் வளர்ந்திருக்கிறீர்கள். அவர்களைச் சந்திக்கும்போது குற்ற உணர்ச்சியோ, உதவி செய்வதோ இருக்குமானால் அதைப் பற்றியும் சொன்னால் நன்றாக இருக்கும்.

சந்திப்பு ஏற்பட்ட பிறகுதான் எனக்குக் குற்ற உணர்ச்சி ஏற்படுகிறது. அதில்லாமல் நான் யாரையுமே சந்தித்தது இல்லை. சிதம்பர சுப்பிரமணியத்தை மட்டும்தான் நான் அப்படி சந்திக்க முடியும். அவர் நல்ல வசதியுடன் இருந்தார். மற்ற நண்பர்களுக்கும் உதவி செய்திருக்கிறார். கடைசியில் அவ்வளவு சொத்துக்களையும் இழந்து, ஏகப்பட்ட கேஸ்களிலும் மாட்டிக்கொண்டு, வறுமையைத் தாங்க முடியாமல் இறந்துபோனார். அந்த வறுமையைக் க.நா.சு.வோ செல்லப்பாவோகூட அனுபவித்தது கிடையாது.

அது வேறு கதை. நான் அவர்கள் முன் உட்கார்ந்த வுடனேயே இவன் நம் வர்க்கத்தைச் சேர்ந்தவனல்ல என்று அவர்கள் நினைக்கிறார்கள் என்பது எனக்குத் தெளிவாகத் தெரியும். அழகிரிசாமியிலிருந்து ராஜநாராயணன், க.நா.சு. வரை. அடுத்து, அந்த வர்க்கத்தைத் தாண்டி வரக்கூடிய வயது அவனுக்கு இருக்கிறது, இல்லாவிட்டால் அவன் இங்கே வரவே மாட்டான். வாசிப்பில், எழுதுவதில் எல்லாம் விருப்பம் இருக்கிறது. அது ஒன்றுதான் நமக்கும் அவனுக்கும் பொதுவானது என்பது அவர்களுக்கு நன்றாகவே தெரியும். எனக்கு அந்த விஷயம் குற்றவுணர்வாகத்தான் இருந்தது.

நான் என்னை ரொம்ப எளிமைப்படுத்திக் கொண்டேன். முதலில் கம்யூனிஸ்ட் கட்சியில் இருக்கும் போதே எனக்கு எளிமை வந்துவிட்டது. சின்ன வயதில் நான் பலவிதமான உடைகள் அணிந்ததில்லை. வயதான பிறகுதான் விதவிதமான சின்ன வயதில் போடாத ஆடைகளெல்லாம் அணிந்துகொள்ள ஆரம்பித்தேன். அதற்குக் காரணம் பிரமிள். ‘இந்த ஷர்ட்களெல்லாம் ஒரே மாதிரி போட்டுக்கொள்வது கெட்டப் பழக்கம்.

சாவதுவரை ஒரேமாதிரி கை வச்சு ஒரே விதமான உடைதான் அணிவேன், ஜிப்பாதான் போட்டுக்கொள்வேன் என்றெல்லாம் சொல்லாமல் இஷ்டத்துக்குப் போட வேண்டும். பத்துப்பூ இருக்க வேண்டும். இவன் இந்த சட்டையைப் போடவேமாட்டான் என்று நினைக்கிற ஷர்ட்டை நீங்கபாட்டுக்கு போட்டுக் கொண்டு கடைக்குப் போகவேண்டும்' என்று சொல்லுவார். 'அதிலெல்லாம் முக்கியமான விஷயம் இருக்கிறது. செல்லப்பா இப்படி வறண்ட மனுஷனாக இருக்கிறார் இல்லையா; அதுக்கு முக்கியமான காரணம் சிகரெட் பிடிக்காததுதான்' என்றார். 'ஏன் நீங்க பிடிக்கவில்லையே' என்று கேட்டேன்.

'எனக்கு சிகரெட் வாங்க காசில்லை. கொடுத்தால் பிடித்துக் காட்டுகிறேன்' என்று சிகரெட் பிடித்தார். 'எனக்கு இதிலெல்லாம் ஆசை உண்டு. என்னுடைய தேர்வு வேறாக இருந்தது. எனக்கு தினம் இரண்டாயிரம் ரூபாய் வருமானம் வந்தால் இரண்டு பீயர் வாங்கிப் போட்டுக்கொள்வேன். நல்ல வீட்டில் குடியிருப்பேன்.

'வித விதமாக பேண்ட், சட்டை போட்டுக்கொள்வேன். அதிலெல்லாம் எனக்கு ஆசை உண்டு. இதில் எந்தத் தப்பும் கிடையாது' என்பார். அவரைச் சந்திப்பதுவரை நான் எளிமையான கோலத்தில் இருந்ததால்தான் பிரமிள் இந்த விதமான கமெண்ட் அடித்தார். சென்னை எழுத்தாளர்களைச் சந்திக்கும்போது எளிமையான தோற்றத்தில்தான் இருப்பேன். இலக்கியத்திலுள்ள ஈடுபாட்டைத்தான் கூடுதலாகக் காட்டுவேன். அவர்கள் வழக்கமாக நடந்தோ ஆட்டோவிலோ போவார்கள். நான் அவர்களை பேபி டாக்ஸியில் கூட்டிக்கொண்டு போவேன். அதற்கு ஒன்றரை ரூபாய்தான் ஆகும். அது கொடுக்க முடியாமல்தான் அந்த சந்தோஷத்தை அனுபவிக்காமல் இருந்திருக்கிறார்கள். இரண்டாவது உணவு சம்பந்த மானது. எல்லாருக்கும் நல்ல ஓட்டலில் சாப்பிடுவதில் ஆசை உண்டு. எனக்கு காப்பி வாங்கித் தந்து சந்தோஷப் படுத்தியது நா. பார்த்தசாரதி மட்டுந்தான். அதற்கு

முன்னால் எல்லாரையும் நான்தான் ஓட்டலுக்கு அழைத்துப் போவேன். பின்னால் பார்த்தசாரதி எல்லாரையும் வித, விதமான ஓட்டலுக்கு அழைத்துப் போவதைக் கலையாக வளர்த்து வைத்திருந்தார். இது மாதிரி செய்திருக்கிறேன். ஈகோ காரணமாக உதவி கேட்பதைக் குறையாக நினைப்பார்கள். செல்லப்பாவுக்குக் கதர் வேட்டி வாங்கிக் கொடுத்தால் கூச்சத்துடன் தன்னை மட்டம்தட்டுவதாகத்தான் நினைத்துக்கொள்ளுவார்.

இதற்கு மேல் பிச்சமூர்த்தியைப் பற்றிச் சொல்ல ஒன்றுமில்லை. நினைவில் இருந்தவரை சொல்லிவிட்டேன்.

பின்னிணைப்பு

ந. பிச்சமூர்த்தியின் படைப்புலகம்

பிச்சமூர்த்தியின் படைப்புலகத்தின் பொதுக் குணங்களைப்பற்றி முதலில் நாம் தெரிந்துகொள்ள வேண்டும். அவருடைய இயல்புகள் பற்றி நாம் தெரிந்துவைத்துக் கொள்வது அவருடைய படைப்புகளை உணர நமக்கு உதவியாக இருக்கும். அவர் வெளிப்படையானவர் என்பதாலும், சிக்கலற்றவர் என்பதாலும் அவருடைய ஆளுமையைப் புரிந்துகொள்வது சுலபம். மேலும் மிக ஆத்மார்த்தமான கலைஞரான இவருக்கும் இவரது படைப்புகளுக்கும் இடையே இடைவெளி இல்லை. தன்னிடம் இல்லாத ஒரு குணத்தை வெளிப்படுத்தி அதற்குரிய மதிப்பைப் பிறரிடமிருந்து பெற முயலும் கெட்டிக்காரத்தனம் இவரது படைப்புகளில் ஒரு வரியில்கூட இல்லை. சரியோ தவறோ, உயர்வோ தாழ்வோ, தன்னம்பிக்கைகளை – தன் பார்வைகளை – தன் ஆசாபாசங்களை முழுமையாகத் தன் படைப்புகள் மூலம் வெளிப்படுத்திக் கொண்டவர் அவர்.

பிச்சமூர்த்தி தென்னிந்தியாவில் கலைகளின் உன்னத வெளிப்பாடுகள் கொண்ட மண்ணில் பிறந்தவர். அவருடைய தகப்பனார் ஹரிகதை, நாடகம், ஆயுர்வேதம், சாகித்யம், தாந்திரீகம் ஆகிய துறைகளில் வல்லவராக இருந்தார் என்பது தெரிகிறது. கலை, கல்வி, சமயம், தொண்டு ஆகியவற்றின் பாதிப்பிலிருந்து கிடைக்கும் ஒரு உன்னத மனநிலைக்கும் கலாச்சாரத்திற்கும் பிச்சமூர்த்தி வாரிசாக வந்திருக்கிறார். வாழ்க்கையின் மேலான குறிக்கோளில் கவனம்கொண்ட குடும்பத்தின் வாரிசு. லோகாயதப் போட்டியில் முண்டி அடிப்பதில் இருந்து முற்றாக விலகி, அறிவு – கலை – பண்பாடு ஆகியவற்றின் மேன்மைகளைத் தேர்வு செய்த குடும்பத்தின் வாரிசு. ஒரு படைப்பாளியாகவும் இந்தக் குடும்பத்தின் வாரிசாக பிச்சமூர்த்தி இருக்கிறார் என்பதை அவருடைய ஆக்கங்கள் அனைத்துமே உறுதிப்படுத்துகின்றன.

பிச்சமூர்த்தியின் படைப்புலகம் பொதுவாகப் பண்பட்டவர்களின் செல்வாக்கு மிகுந்தது. தார்மீக நெறிகளில் அக்கறை; ஒழுக்கங்களைப் பேணுவதில் கவலை; தன்னைச் சுற்றி வாழ்ந்திருப்பவர்கள் மீதும், ஜீவராசிகள் மீதும், இயற்கை மீதும் நேசம்; மரபு வகுத் திருக்கும் நெறிகளைப் பேண முடியாமல் போகும் போது ஆழ்ந்த மன நெருக்கடி; பிறருடைய துன்பங்கண்டு நெகிழும் மன இயல்பு ஆகிய குணங்கள் கொண்ட கதை மாந்தர்கள்தான் படைப்பாளியின் பார்வைக்கு உவப்பானவர்கள். பொதுவாக, இவர்களுடைய உன்னதங்களை நிலைநாட்டவே எதிர்மறைகொண்ட வேறு கதாபாத்திரங்கள் இவர்களைச் சுற்றிச் சூழ்ந்து வருகிறார்கள். படைப்பில், பிச்சமூர்த்தியின் பக்கம் மிகத் தெளிவானது. அதில் ஒளிவு மறைவு எதுவும் இல்லை. தர்மத்தையோ ஒழுக்க நெறிகளையோ அழுத்துவது அல்லது அழுத்தும்போது உளவியலை மறந்துபோவது கலை வெற்றிக்கு இட்டுச்செல்லாமல் இருக்கலாம். ஆனால் தர்மத்தையும் ஒழுக்கத்தையும் அழுத்துவது

தான் படைப்பாளியின் கடன் என்று அவர் நினைக்கிறார். பிச்சமூர்த்தி கூறுகிறார்: "புலன் இன்பம் அல்லது கிளர்ச்சி என்ற குறுகிய எல்லைக்குள்ளேயே பெரும்பான்மையான கதைகள் சுழலுகின்றன. நல்லது, பொல்லாதது என்ற பாகுபாடற்ற சில கதைகள் பொய்யாக்கி விடுகின்றன. பிரத்தியட்சமான அறிவியலுக்கும் சமூக இயலுக்கும் மெய்யுணர்வுக்கும் முரண்பட்ட சிருஷ்டிகளால் கலை உலகில் சாதிக்கக்கூடியது என்ன என்பதைச் சிருஷ்டி கர்த்தர்கள் சிந்தனை செய்து பார்க்க வேண்டும். எந்தக் காரணத்தைக் கொண்டும் இலக்கியத் தர்மத்தை மறக்க லாகாது." ('எழுத்துப் பேட்டி', 'எழுத்து', செப்டம்பர் 1960)

மனிதனுக்கும் அவன் மேற்கொள்ளும் வேலைக்கு மான உறவும், மனிதனுக்கும் அவன் ஈட்ட வேண்டிய பணத்திற்குமான உறவும் பிச்சமூர்த்திக்கு மிகுந்த மன நெருடல்களைத் தந்துகொண்டிருக்கின்றன. அவர் பார்வையில் வேலை என்பது பணி. மனிதன் அவனுடைய ருசிகள் சார்ந்தும் ஆளுமை சார்ந்தும் தேர்வுகொள்ளும் பணி. பணியின் செம்மையும், அதில் உறைந்து கிடப்பதில் கூடும் ஒற்றைச் சிந்தனையும் காலத்தின் முட்களை விலக்கித் தள்ளிவிடுபவை. பணி மூலம்தான் மனிதனின் வாழ்க்கை அர்த்தம் கொள்கிறது. அந்தப் பணியின் செம்மையில் உன்னதத்தை நிறுவுவது அவனுக்குப் பரவசத்தைத் தரக்கூடியது. பணியில் விளையும் ஆக்கம் அவன் ஆத்மாவின் பிரதிபலிப்பு. ஏதும் எதிர்பார்ப்பின்றி பணியில் கிடைக்கும் ஆனந்தமே அதன் கூலி என்ற மனநிலையில் நின்று, சலிக்கும் பொறிகளைப் பணிகளில் கட்டி, காலத்தைத் தாண்டிச்செல்லும் கலையை வெல்ல வேண்டியவன் மனிதன் என்பது அவர் நம்பிக்கை. லௌகீகத்தின் இழுபறியோ முற்றிலும் மாறுபட்ட திசையைச் சார்ந்தது.

மேன்மையை முன்னும் கலைஞனுக்குக் கனவு காணும் உரிமை உண்டு. செம்மையை வற்புறுத்தும் நியதி அவன் படைப்புத் தொழிலின் ஜீவனான பகுதியைச்

சேர்ந்தது. பிழைப்பின் தளத்தில் மனிதன் கூலிக்குத் தன்னை விற்றுக்கொண்டிருக்கிறான். வேலையை அவன் தேர்வு செய்வதற்குப் பதில் வேலை அவனைத் தேர்வு செய்திருக்கிறது. நேரங்கள் அவனை இழுத்து மடக்கிக் கொண்டிருக்கின்றன. வேலையில் அவன் முகத்திற்கோ மனதிற்கோ ஆத்மாவுக்கோ இடம் இல்லை. வேலையின் விளைவோ நற்பலன்களோ அவன் கைவசம் வருவது மில்லை. ஆக, பணிக்கும் பிழைப்புக்குமான இடைவெளியில் பிச்சமூர்த்தியின் துக்கம் தேங்குகிறது. பணத்தை ஈட்ட அலைபாய்பவர்கள்மீது அவருக்கு மரியாதை இல்லை. 'இல்லாதவனும் பணத்தைத் தேடுகிறான், இருப்பவனும் எதற்குத் தேடுகிறான்?' என்று குழந்தைத் தனமான விவேகத்துடன் அவர் ஒரு கதையில் கேட்கிறார். இம் மனோபாவம் கேள்வி ரூபமாக இங்கு வெளிப்பட்டிருக்கிறது என்றாலும், இம்மனோபாவத்தின் ரீங்காரம் படைப்பின் பல பகுதிகளிலும் உள் நின்று கேட்கிறது. பிழைப்பின் நுகத்தடியில் கழுத்தைக் கொடுத்து சுதந்திரத்தை இழக்காத பக்கிரிகள், சாமியார்கள், நாடோடிகள், ஊர்சுற்றிகள், பைத்தியங்கள், குழந்தைகள், பிச்சைக்காரர்கள் போன்றவர்கள் கதைமாந்தர்களாக வரும்போது பொருளாதார நிலையில் இவர்கள் கொண்டிருக்கும் தாழ்வு எங்கும் சுட்டப்படுவதில்லை. மாறாக, அவர்களுடைய வாழ்க்கையை அவர்களே தீர்மானிக்கும் சுதந்திரம் அவர்கள் கொண்டிருப்பதும், பொறுப்பின் சுமை அவர்களிடம் இல்லாததும் பிச்சமூர்த்திக்கு மிகுந்த மனநிறைவைத் தருகிறது.

மேலும் குடும்பத்தின் நான்கு சுவர்களுக்குள் அல்லது அலுவலகத்தின் நான்கு சுவர்களுக்குள் சுழலும் வாழ்க்கையைவிடப் புற உலகம் மேலானது. இயற்கையின் உன்னத அழகுகளும் காற்றும் ஒளியும் கொண்டது. இவ்வாறு புற உலகங்களில் வாழ்பவர்கள் இடைத்தரகர்கள் இல்லாமல் இயற்கையிலிருந்து தங்களுடைய தேவைகளைப் பெற்றுக்கொள்வது பிச்சமூர்த்திக்கு

சுந்தர ராமசாமி

மிகவும் உவப்பான விஷயம் ஆகும். நவீனப் பணச் சந்தை அதன் கரங்களை நீளமாகவும் ஆழமாகவும் விரித்துவிட்டது. இதில் சந்தேகமில்லை. சர்வ வியாபகமான அதன் இருப்பு வாழ்க்கையை நெருக்குகிறது. அதன் வல்லமையைக் கேள்வி கேட்கும் பிரக்ஞை எதுவுமின்றி அதன் ஒரு பகுதியாகவே நாம் மாறிவிட்டோம். ஆனால் பிச்சமூர்த்தி இந்த ஸ்திதியைச் சுலபமாக ஏற்றுக்கொண்டு விடவில்லை. பொருள்கள் இயற்கையில் விளையும்போது அந்த விளைபொருள்கள்மீது மனிதன் நேரடியான உறவு கொள்ள முடியாமல் இடைத்தரகர்கள் புகுந்த அவலத்தை அவர் ஏற்றுக்கொள்ளவில்லை. ஆகவே அவர் கதையில் ஒரு பண்டாரம் கஞ்சி காய்ச்ச மரத்திலிருந்து காய்ந்த சுள்ளியை ஒடிக்கும்போது அங்கு நிகழ்வது வெறும் காட்சி அல்ல. ஒரு வாழ்க்கை சார்ந்த ஆமோதிப்பில் பிச்சமூர்த்தி கொள்ளும் மனநிறைவு ஆகும்.

ஆத்மீக வாழ்க்கைக்கான சிபாரிசு அவர் உலகத்தில் வலுவாக இருக்கிறது என்பதில் சந்தேகமில்லை. ஆனால் பிச்சமூர்த்தியின் ஆத்மீகம் என்ன என்பதைத் திட்டவட்டமாக நாம் வரையறுத்துக் கொள்ள வேண்டும். அது கடவுளைத் தேடும் விஷயம் அல்ல. கடவுள் நம்பிக்கை, மனித வாழ்வுக்கு ஜீவாதாரமானது என்ற முடிவு அவருக்கு இருக்கலாம். வாழ்க்கையின் நெருக்கடிகளில் நம்பிக்கையைத் தக்கவைத்துக்கொள்ள அது தேவை என்ற முடிவும் அவருக்கு இருந்திருக்கலாம். உணர்ச்சிகளில் அலைபடும்போது சமன்நிலை காத்துக்கொள்ள தனக்கு அப்பாற்பட்ட சக்தியின்மீது கொள்ளும் நம்பிக்கை அவசியமானது என்று அவர் கருதியிருக்கலாம். ஆனால் இவற்றை வற்புறுத்தும் மனோபாவம் அவர் படைப்பில் இல்லை. வாழ்க்கைமீது நம்பிக்கை, சக மனிதன்மீது நேசம், இயற்கையின்மீது ஜீவ உறவு, மதிப்பீடுகள் சார்ந்து வாழ்வதில் உறுதி இவைதாம் பிச்சமூர்த்திக்கு முக்கியமானவை. இக்குணங்கள் கொண்டவன் அவரைப் பொறுத்தவரையில் ஒரு ஆத்மீகவாதி. நாஸ்திகன்

என்று அவன் தன்னைக் கூறிக்கொள்ளும் நேரத்திலும் பிச்சமூர்த்திக்கு அவன் ஆஸ்திகன்தான்.

வேதாந்தி என்று பலராலும் அவர் சொல்லப்பட்டிருக்கிறார். தன்னை வேதாந்தி என்று கூறிக்கொள்ளும் க.நா.சு. அவரையும் வேதாந்தி என்று சேர்த்துக்கொண்டிருக்கிறார். பாரதியை வேதாந்தி என்று சொன்னவர்களும் அவரை வேதாந்தி என்று சொல்லி வைத்திருக்கிறார்கள். 'வேதாந்தம்' என்பது தேய்ந்துபோன கழிசடை வார்த்தைகளில் ஒன்று. வேதாந்தியாகத் தன்னைக் கற்பனை செய்துகொண்டிருப்பவர்களின் பட்டியலில் இந்திய ஜனாதிபதியில் இருந்து முடிச்சுமாறி வரையிலும் இருக்கிறார்கள். இதுபோன்ற ஒற்றை வார்த்தைகள் எந்தப் படைப்பாளியின் குணங்களையும் விவரிக்கத் தகுதியானவை அல்ல. புதுமைப்பித்தனும் க.நா.சு.வும் படைப்பாளிகளாக அவநம்பிக்கைவாதிகள் என்றால் பிச்சமூர்த்தி ஒரு நம்பிக்கைவாதி. பாரதியைப் போல் ஒரு நம்பிக்கைவாதி. அழகிரிசாமியைப் போலவும் ஜெயகாந்தனைப் போலவும் நம்பிக்கைவாதி. புலன்களைச் சுட்டுக் கரித்துக்கொள்வதில் அவருக்கு நம்பிக்கை இல்லை. புற உலகம் மாயை என்றோ, பொய் என்றோ அவருக்கு எண்ணம் இல்லை. ஆசைகளுக்கு முடிவு இல்லை என்று அவர் நினைக்கிறார். மதிப்பீடுகளை விட்டு ஆசைகளின் பாதைகளில் மனிதன் நடந்து சென்றால் அவன் அழிந்துபோய்விடுவான் என்று அவர் கவலைப்படுகிறார்.

இயற்கைதான் அவருடைய வேதம். அதைவிடவும் மேலாக நிற்கும் புத்தகம் எதுவும் அவருக்கு இல்லை. நெருக்கடிகளின்போது கிருஷ்ணன் அர்ஜுனனுக்கு உபதேசித்தது அவருக்கு நினைவுக்கு வராமல் போகலாம். ஆனால் எறும்புப் புற்று ஒன்றைக் கூர்ந்து பார்த்ததின் மூலம் அவர் கற்றுக்கொண்ட பேருண்மை அவருக்கு ஒருபோதும் நினைவுக்கு வராமல் போகாது. இந்த நெருக்கடியைக் கலையாக அவர் அலசும்போது கிருஷ்ண பரமாத்மாவை விட எறும்புகள் அவருக்கு

முக்கியமானவை. இது அவருடைய வாழ்க்கைப் பார்வையின் மிக முக்கியமான அம்சமாகும். அவருடைய படைப்புலகத்தில் மனிதர்களைப் போல செடிகொடிகளும் முக்கியமானவை. காற்றும் ஒளியும் எறும்பும் புழுக்களும் முக்கியமானவை. ஜடங்கள் முக்கியமானவை. மனிதன் தன்னை ஒரு மாணவனாக நினைத்துக்கொண்டு இயற்கையின் சகல முகங்களிலிருந்தும் பாடங்களைக் கற்றுக்கொள்ள வேண்டும். அவனுடைய உள்ளுணர்வும் இயற்கைமீது அவன் கொண்டிருக்கும் ஜீவ உணர்வும் இயற்கையை ஆசானாக அவன் ஏற்றுக்கொண்டிருக்கும் மாணவத்தன்மையும் அவனை வழிநடத்திச் செல்லும் என்று அவர் நம்புகிறார்.

விஞ்ஞானிகள், பண்டிதர்கள், புலவர்கள், அறிவு ஜீவிகள் போன்ற மூளைப் பிரகிருதிகள்மீது அவர் உள்ளூர அவநம்பிக்கை கொண்டவர். அவர்கள் இட்டு நிரப்பும் அறிவின் தொட்டியை நம்பி சாதாரண மனிதன் ஒரு அடி கூட முன்வைக்க முடியாது என்பது அவர் எண்ணம். வாழ்க்கை சார்ந்து உள்ளாழங்கள் கொள்ளாமல் தனியாக வீங்கும் அறிவு, ஒழுக்கச் சிந்தனையைத் துறந்துவிடுகிறது என்றும் ஜீவ தயை சார்ந்த பார்வை அதற்கு இல்லை என்றும் அவர் நம்புகிறார்.

பிச்சமூர்த்தியின் மரபுசார்ந்த குறியீடுகளை மதத்தின் மீது அவர் கொண்டிருக்கும் நம்பிக்கையின் வெளிப்பாடாக நாம் தவறாக எடுத்துக்கொண்டு விடக்கூடும். அதே மாதிரி படைப்பில் யாப்பை மீற வந்தமையை மரபைத் தாண்டிய பாய்ச்சலாகவும் நாம் தவறாக எடுத்துக்கொண்டு விடக்கூடும். படைப்பாளியின் இளம் பருவமே அவன் படைப்பின் அநேக குணங்களைத் தீர்மானிக்கிறது என்ற உளவியல் சார்ந்த முடிவு ஆழ்ந்த உண்மைகளைக் கொண்டது. இளம் பருவத்தில் மனம் சேர்த்துக்கொண்ட குறியீடுகளின் மீதே படைப்பாளிக்கு நெருக்கமான உறவு இருக்கிறது. நம் வாழ்க்கையோ மதத்தின் முழுப் பிணைப்புக் கொண்டது. ஆக தன் வாழ்க்கைப் பின்னணியில்

ந. பிச்சமூர்த்தி

தன் மரபு தந்த குறியீடுகளைப் பிச்சமூர்த்தி சுதந்திரமாகப் பயன்படுத்துகிறார். இந்தக் குறியீடுகளுடன் இணைத்து இயற்கையின்மீது அவருக்கு இருக்கும் ஆழ்ந்த ஈடுபாடுகள் மூலம் சேர்த்துக்கொண்ட குறியீடுகளையும் இடைகலந்து தந்துகொண்டு போகிறார். மரபு சார்ந்த குறியீடுகள் மரபின் முடிவுகளை அழுத்த அல்ல; தன் வாழ்க்கைப் பார்வையை அழுத்தவே அவருக்கு உபயோகப்படுகின்றன. ஆனால் குறியீடுகளில் ஏறியிருக்கும் மரபின் களிம்பு கட்டியானது. இந்தப் பழைய காளைகளைப் பிச்சமூர்த்தியின் பார்வை என்ற புதிய வண்டியில் அவர் கட்டினாலும், அவரைப் புதிய பாதைகளுக்கும் பழைய பாதைகளுக்கும் மாறிமாறி இழுக்கக் கூடியவை அவை. அதனால் பிச்சமூர்த்திக்குப் படைப்பாளியாக ஏற்பட்ட வியர்த்தம் கணிசமானது.

வாழ்க்கையை மனித குலத்தின் விரிந்த தளத்தில் வைத்து யோசிப்பவர் பிச்சமூர்த்தி. நாம் வாழ்க்கையோடு ஒட்டிக்கொண்டிருக்கும் புள்ளியில் விஞ்ஞானத்தின் சாதகமான அம்சங்கள் எண்ணற்றவகைகளில் விரிந்து வாழ்க்கையின் கடினத்தைச் சுலபமாக்கியுள்ளது. ஆனால் தன்னை இதப்படுத்தியுள்ள விஞ்ஞானத்தைப் பற்றிப் பிச்சமூர்த்தி நினைவு கொள்வதில்லை. மனித குலத்தை அச்சுறுத்தும் விஞ்ஞானத்தின் எதிர்மறையை அவரால் பொறுத்துக்கொள்ள முடியவில்லை. உடல் ரீதியாகவோ மன ரீதியாகவோ மனிதன் சங்கடப்படுவதைப் பொறுத்துக் கொள்ள முடியாத இயல்பு கொண்ட அவர், மனித குலத்தையே அழிக்க முன்னும் தீய சக்திகள் மீது கடுமைகொண்டது இயற்கைதான். ஆனால் விஞ்ஞானத்தின் இந்த எதிர்மறைக் குணங்களை, தான் பெற்றிருக்கும் வாழ்க்கை அனுபவங்கள் சார்ந்து விவரிக்கும் வாய்ப்பு அவருக்கு இல்லை. போரின் தீமையைத் திரைப்படத்தில் மட்டுமே பார்த்திருக்கும் தமிழர்களிடம் அதை அனுபவ மாகத் தர வாய்ப்பில்லாதபோது கருத்து நிலைச் சர்ச்சைக்கு உட்படுத்துகிறார் பிச்சமூர்த்தி. ஆக்கத்தின் போதாமைகளை நினைத்துப் பின்தங்காமல், நம்பிக்கைகள்

சார்ந்து ஆக்கங்களில் ஈடுபடுவதுதான் இவருடைய இயல்பு. கூடி வருவது கலையாக இருக்கலாம்; கலையாகப் பரிணமிக்காமலும் இருக்கலாம். ஆனால் சொல்லப்பட வேண்டியவை பதிவு பெற்றாக வேண்டும்; பகிர்ந்துகொண்டாக வேண்டும்.

கலையின் வெற்றியை மட்டுமே குறிக்கோளாகக் கொண்ட ஒரு இலக்கியவாதி அல்ல அவர். கலை என்பது ஒரு விசேஷ ஆற்றலும் அல்ல அவருக்கு; திறமையின் வித்தகமும் அல்ல; தன்னைப் பகிர்ந்துகொள்வதற்கான ஒரு வாய்ப்பு. மொழிவழி சார்ந்த வாய்ப்பு. உணர்ச்சியில் நிற்கும் பாங்கும் அழகியலும் அனுபவப் பரிமாற்றத்திற்கு விழையும் மனமும் அவரைப் படைப்பாளியாக்கி இருக்கின்றன.

கலைஞன் யார் என்பதற்குப் பிச்சமூர்த்தியின் பதில் முக்கியமானது. "மேலும் கலைஞன் என்றொரு தனி சிருஷ்டி இல்லை. அவனும் மனிதன்தான். மனிதன்தான் இவ்வித சிருஷ்டிகளைச் செய்தான். வேறெந்தப் பிராணியும் செய்யாத இச்செயலை மனிதன் மனிதனுக்காகத்தான் செய்கிறான். ஏனெனில் வேறெந்தப் பிராணிக்கும் அனுபவிக்கத் தெரியாது. மனிதனுக்குள்ளேயே கலைஞனும், கலைஞனுக்குள்ளே மனிதனும் இருப்பதால்தான் கலைப் படைப்புகளை உருவாக்க முடிகிறது" என்கிறார் பிச்சமூர்த்தி. ('எதற்காக எழுதுகிறேன்?' *எழுத்து*, மே 1962)

பிச்சமூர்த்தி யார்?

பிச்சமூர்த்தி ஒரு மனிதர், அவருடைய பார்வைப்படி. ஆகவே அவர் ஒரு கலைஞர்.

ந. பிச்சமூர்த்தியின் கலை:
மரபும் மனித நேயமும்
நூலில் சு.ரா.

ந. பிச்சமூர்த்தியின் படைப்புகள்

சிறுகதைகள்

பதினெட்டாம் பெருக்கு – 15 கதைகள் (1934 – 1938)

ஜம்பரும் வேஷ்டியும் – 8 கதைகள் (1943 – 1946)

மோகினி – 18 கதைகள் (1933 – 1942)

பிச்சமூர்த்தியின் கதைகள் – 20 கதைகள் (1958 – 1959)

மாங்காய்த் தலை – 25 கதைகள் (1936 – 1957)

இரட்டை விளக்கு – 23 கதைகள் (1936 – 1968)

நூல் வடிவம் பெறாதவை – 18 கதைகள் (1937 – 1975)

கைப்பிரதியாகக் கிடைத்தது – 1

மொத்தச் சிறுகதைகள் – 128 (1933 – 1975)

நாவல்

குடும்ப ரகசியம் – 1 (1959)

சிறுவர் கதைகள்

காக்கைகளும் கிளிகளும் – 10 கதைகள் (1958 – 1963)

கவிதைகள்

குயிலின் சுருதி – 5 குறுங்காவியங்கள் (1946 – 1968)

காட்டுவாத்து – 35 கவிதைகள் (1938 – 1962)

வழித்துணை – 13 கவிதைகள் (1945 – 1962)

பிச்சமூர்த்தி கவிதைகள் – 75 கவிதைகள் (1934 – 1975)
 (காட்டுவாத்து + வழித்துணை + பின்னால் சேர்க்கப்பட்டவை)

நூல்வடிவம் பெறாத கவிதைகள் – 50 கவிதைகள் (1935 – 1976)

கைப்பிரதியாகக் கிடைத்தவை – 5 கவிதைகள்

மொத்தக் கவிதைகள் – 75 + 50 + 5 = 130

நாடகம்

காளி 1 (1946)

நூல் வடிவம் பெறாத நாடகங்கள் – 9 (1935 – 1969)

மொத்த நாடகங்கள் 10

கட்டுரைகள்

இலக்கியம் பற்றியன – 23 கட்டுரைகள்

விஞ்ஞானம்   ,,   – 8   ,,

சமயம்   ,,   – 9   ,,

அரசியல்   ,,   – 3   ,,

மொத்தக் கட்டுரைகள் – 43 கட்டுரைகள்

பொது

மன நிழல் – 32 (1943 – 1964)